NHÁNH TÌNH
THỜI CHƯA MÊ GÁI

NHÁNH TÌNH
THỜI CHƯA MÊ GÁI
Thơ: **Luân Hoán**

bìa: **Khánh Trường**
tranh **Trương Đình Uyên**
trình bày tổng quát **Lê Hân**
đọc bản thảo: **Trần Thị Nguyệt Mai**
dàn trang **Nguyễn Thành**
ISBN: 9781989993545

Nhân Ảnh Xuất Bản **2021**

LUÂN HOÁN

NHÁNH TÌNH
THỜI CHƯA MÊ GÁI

Thơ

NHÀ XUẤT BẢN
NHÂN ẢNH
2021

THƯA TRƯỚC

Luân Hoán

@

"Nhánh Tình Thời Chưa Mê Gái" là một tập hồi ký, viết bằng văn vần với đủ thể loại, nhưng nhiều nhất là Lục Bát, do ảnh hưởng Ca Dao và Ngũ Ngôn, vốn gần gần với Tục Ngữ. Tập hồi ký dành cho lứa tuổi ấu thơ, khởi từ khi biết đi đến năm chớm lên 11.

Với giai đoạn khởi đầu đời người, dùng cái đề với sáu chữ nặng nề như đang có, quả là không thích hợp, nhất là có chữ "Tình". Về điều này, tôi có giải thích (trang sau) bằng mươi câu vần văn nên xin không rườm rà nhắc lại.

Theo tôi, tính chất của hồi ký đòi hỏi trước nhất là sự tối đa chân thật. Hồi ký chính là viết lại những chuyện có thật đã xảy ra. Và vì vậy tính chất kể chuyện không thể tránh, điều này sẽ làm nhẹ hoặc mất đi khá nhiều chất thơ trong câu từ.

Không khác văn xuôi, tôi tuân thủ thực hiện ghi chép theo dòng đi của thời gian, nên nội dung được chia thành năm phần riêng biệt. Mỗi phần mang tên địa danh của từng giai đoạn, gồm: Phần 1: những bài chung chung (3 bài) - Phần 2: Đầu Đời Hội An (3 bài) - Phần 3: Những Năm Sống Cùng Tiên Phước (36 bài) – Phần 4: Nơi Liêm Lạc Hòa Đa Quảng Nam (38 bài) - Phần 5: Gần 12 Năm Đầu Trên Đất Tourane Sông Hàn (20 bài), gộp chung tròn trịa 100 bài.

Là một người chuyên nghề làm thơ, tôi cố gắng không làm mất hẳn chất thi ca trong những câu chuyện được thuật lại, nhưng hoàn toàn không cường điệu, hư cấu, vốn là những nghệ thuật bảo toàn giá trị của thơ. Một chuyện kể về một trò chơi nếu thêm vào một chút xíu tình bâng quơ sẽ thi vị hơn nhưng tôi hạn chế làm điều này. Nếu bạn đọc gặp một đôi lúc, cũng do từ chuyện có thật.

Điểm cuối cùng xin thưa, nội dung của toàn tập hồi ký không mang bất cứ tư tưởng nào, cũng như không đèo theo hồn vía chính trị, dẫu có nhắc vài ba từ thời chiến tranh cũng chọn thích hợp và cần có. Với yếu tố tình cảm đôi khi già hơn lứa tuổi đôi chút cũng không nằm trong cường điệu.

Chỉ vậy thôi, xin cảm ơn quý bạn đọc của tôi. Mong và cầu chúc mỗi bạn có thể gặp lại đôi nét ấu thơ của chính mình khi đọc.

Đa tạ,

Luân Hoán

Phần 1:

Những bài chung chung

BÀI MỞ ĐƯỜNG

hôn bàn tay gầy yếu
giàu vảy đời tháng năm
thay rửa trước khi mở
rổ ấu thơ thơm ngầm

chẳng có gì quý cả
ngoại trừ một cái tâm
không hẳn tĩnh hay động
bát ngát một khoảng không

như hồi ký đứt khúc
nhẹ nhàng thở từ từ
hình ảnh hư lẫn thực
nguồn kỷ niệm riêng tư

chẳng thể nào gom hết
cái nhớ, mười cái quên
cái lành cùng cái sứt
người vật có không tên

cố gắng chưng đầy đủ
đồng đều cả buồn vui
kỷ vật ôm kỷ niệm
mắn đẻ trong cuộc đời

tôi vẫn đang còn sống
ít nhiều còn lai rai
thêm món này, chuyện nọ
phong phú giàu lên hoài

có thể hơi lẩn thẩn
vụng tay thành lòng thòng
nhưng những góc cạnh sống
riêng tư rất thật lòng

một điều xin lưu ý
tên địa danh tên người
tất cả đều có thật
và rất gần gũi tôi

*

người hỏi về mục đích?
cho tôi xin mỉm cười
vẫn đi không mong đến
bởi đi là đến rồi

kính cảm ơn xin lỗi
mọi thưởng ngoạn tình cờ
ai có tuổi không nhớ
ít nhiều về ấu thơ?

hạnh phúc tôi lấp lánh
với thú hưởng nhàn này
lòng người như mây trắng
xa xưa giống hôm nay.
+

NÓI VỀ TÊN SÁCH

chưa yêu gái
sao có tình?
lại còn mê, nghe ớn
chỉ phóng đại linh tinh!

thưa không, tình vốn sẵn
ở trong mỗi con người
từ tim hay từ phổi
có khi ở bắp đùi

tình đây mời được hiểu
lòng quý yêu mẹ cha
sự thương mến đất đá
niềm thân thiện lá hoa

còn nhiều, nhiều hình ảnh
có thể dùng được tình
tôi bứt ra mấy nhánh
có lưỡng lự, cố tình

*

thú thật mới khởi sự
định dùng "Rổ Ấu Thơ"
hay giản dị chân chất:
"Chưa Tới Tuổi Mười Hai"

tên sách phải có sức
thu hút mắt hững hờ
và nên có chút đỉnh
những gì gần hương thơ

"Nhánh Tình Thời Chưa Mê Gái"
thật ra không mấy hay
thiếu vị thơ hơn cả
ảo, giả, lừa... trong này?

hy vọng mươi bạn thích
lạ lạ như tôi đây
mỗi tên thơ tôi chọn
bao quát niềm tỏ bày.
+

THỞ CÙNG HƯƠNG ẤU THƠ

cùng cỏ dại tôi trổ hoa
ấu thơ cá lội chim hòa nhạc bay
nắng mưa lúc mỏng khi dày
thấm vào da thịt tháng ngày ủ hương

ấu thơ tôi rất bình thường
chẳng chi khác lạ bạn đường cùng đi
giữa thời bom đạn loạn ly
quê nhà mấy cõi sớm đi phiêu bồng

hành trang nặng một tấm lòng
học thương học nhớ viển vông đất trời
dấu chân, vách dựa, chỗ ngồi
có da có thịt nhờ đời từ tâm

chẳng tám năm, không mười năm
ấu thơ tôi lố vài năm đầu đời
bây giờ sống lại lấy hơi
ấu thơ tôi dài suốt đời cũng nên

hình ảnh diễn tiến ngỡ quên
tinh khôi sống lại tăng thêm nồng nàn
sắc màu không gian thời gian
nhịp tim tôi đập nhẹ nhàng bên trong

chưa dám mừng có tấm lòng
xin vui vì được thong dong theo đời
ngó ra trời đất có tôi
nhìn lại tôi có đất trời bên trong.
+

Phần 2:

đầu đời ở Hội An - Quảng Nam

LÝ LỊCH CHIỀU DỌC - ĐOẠN ĐẦU ĐỜI FAIFO

ngày tháng ấu thơ tôi
chẳng thể nào được biết
mẹ, chị kể nghe thôi
chắc ít nhiều sai biệt:

được sinh ở Hội An
cùng lúc với chị Hạc [1]
bác sĩ Tô Thành Giang [2]
đỡ tôi tha hồ khóc

tên khai sinh Ngọc Châu
danh ấu thời gọi Huýnh
với vần H khởi đầu
cả nhà đều như vậy

hình như gọi Ngọc Châu
tránh bị trêu "quýnh quáng"
âm đọc tương tự nhau
(cha con tên Huýnh Hoán)

*

mẹ đang là nhà buôn
nho nhỏ nông lâm sản
cha theo nghề tầm thường
kế toán ngành Kho Bạc (3)

có một điểm khá vui
qua những ngày "trong tháng"
tôi đã rất đàng hoàng
chim được giấu khá kỹ

khi biết bò biết đi
áo quần luôn được mặc
rất hiếm khi phải "nu"
sợ sơ hở ngã bệnh

của giống đâu dễ khoe
mẹ cha phòng ma quỷ
bọn xấu vẫn lăm le
chờ bắt đi con quý

*

èo uột rất khó nuôi
mẹ (quen gọi bằng má)
bán khoán cho chùa Cầu
hết hạn mười ba tuổi

tôi tập đứng khó khăn
nhưng tập đi rất lẹ
đã đứng là phải đi
đã đi thường thường chạy

lủi thủi chơi một mình
khoái nhất ngồi vọc đất
một hôm bất thình lình
thằng bạn chơi cắn bụng

thằng bé này khôn ranh
mập hơn tôi chút đỉnh
dấu răng sữa mau lành
vẫn mờ mờ tình bạn

*

chưa biết gì Hội An
ngoài cây vông đồng lớn
gió từ lá lang thang
qua nhà gọi tôi mãi

nhớ nhất những đêm trăng
vào những mùa khô ráo
nằm chõng chờ ánh đèn
từ gánh chè bán dạo

lựng chựng qua sáu năm
bắt đầu vào mẫu giáo
mẹ sinh thêm em Hân
(tháng Hai, năm Bốn Bảy)

*

chừng hơn nửa tháng sau
cuộc tản cư vội vã
tuy không nhớ thuộc làu
ít nhiều đã có tả:

«... mẹ ngồi ẵm em trai
bỏ lọt tiếng thở dài
rơi qua dòng tóc dính
hương thơm chiếc trâm cài
...
ghe trôi trôi êm êm
nhung nhúc đàn sao đêm
bò lần theo hộ tống
buồn buồn tôi ngủ quên...» (4)

*

vậy là xa Hội An
nơi cuống rún tôi bón
nhờ đó đất hóa vàng
đúng sai ai biết được
mạng gởi trên chùa Cầu
không có giờ tháo xuống
vẫn ở đó hay đâu
chút hồn tôi còn vướng?
+

ghi chú:
(1) tên người chị sinh đôi, đã qua đời rất sớm khi tôi chưa kịp biết mặt.
(2) nhà hộ sinh Bác sĩ Giang, thường gọi đốc Ken, người Tàu; sau dọn ra Đà Nẵng, phòng mạch trên đường Độc Lập, đối diện gần nhà thờ Con Gà.
(3) Kho Bạc còn gọi là Ngân Khố.
(4) trích 2/19 đoạn bài Trên Chặng Đời Tản Cư, trong tập thơ thứ 2: Trôi Sông.

TRĂNG THUỞ LÊN NĂM

tháng ngày tôi chớm lên năm
đêm khô mẹ bắt chõng nằm mái hiên
mẹ dịu dàng kể hồn nhiên
chuyện đời của những thần tiên thế nào

tôi nhìn lấp lánh ngàn sao
cùng trăng vàng óng ngỡ chào gọi tôi
không gian vắng tiếng nói cười
càng thanh vắng càng vang lời rõ hơn

tôi nghe chẳng hiểu chi trơn
như là tiếng hát điệu đờn quyện nhau
trăng yểu điệu vàng nhạt màu
ngó tôi làm nhột từ đầu tới chưn

*

tôi nằm úp, trăng trên lưng
nằm ngửa, trăng phủ lung tung trên người
tôi ngồi, trăng cũng theo ngồi
tôi lăn phải, trái, trăng dời gót theo

mặt mày tròn trịa trong veo
có cái cây lớn ai treo lưng chừng

người ngồi dưới gốc ung dung
coi bộ ngủ gục thẳng lưng hồi nào

*

nhìn trăng nhìn vọng sang sao
cả muôn triệu nụ hoa thao thức nằm
cái xa thở vói cái gần
đời đời như thể luôn cần có nhau

một ngôi sao chợt đi đâu
bay xẹt một cái rớt mau khỏi trời
mẹ tặc lưỡi: sao đổi ngôi!
hóa ra trên ấy sống đời quân vương

*

tôi xoay trở miết trên giường
lơ trăng đợi ngọn đèn thương tới gần
gánh chè đậu ván lê chân
vừa ngâm vừa bước như ngân tiếng mời

"mười đêm như một cả thôi"
nước đường đậu ván thơm môi ngọt mềm
thiu thiu hồn ngã vào đêm
mẹ sờ tay phủ hương lên khắp người

*

Hội An ơi, có biết tôi
trăng sao và cả cuộc đời còn y
ghé về vội vã rồi đi
hoặc về không ghé vẫn ghi đáy lòng:

nơi rời bụng mẹ ngát thơm
hơn đất trời khác nhờ hồn sơ khai
Hội An ngoảnh mặt thở dài
chán thằng trôi nổi lạc loài quá lâu?

không sao, còn đó Chùa Cầu
còn trăng sao sáng đầy bầu trời đêm
dễ gì trời đất nỡ quên
những đứa con trót lênh đênh chân trời

*

nhớ lần về ngóng vía tôi
bị quan cách mạng xẵng lời đuổi đi
tôi nghinh mặt, không nói gì
rủa thầm thề độc chẳng khi mô về

chừng mươi phút, kể như huề
dòng sông chiều ngả như mê giấc nồng
mặt nước đựng bóng trăng non
bỗng dưng tôi thấy trong lòng bình an

tôi sẽ còn về Hội An.

+

NGÔI NHÀ XÓM MỚI

vách chắn phên mái lợp tranh
nhà ba gian rộng nắng hanh gió lồng
mặt tiền đường cát mênh mông
nằm đầu Xóm Mới bên hông vông đồng

cây lớn xác ít trổ bông
chỉ cho lắm tiếng chim lồng lá nghiêng
tôi vừa tập nói đã ghiền
bắt chước huýt gió liên miên cả ngày

nhà tôi ở trong lúc này
chõng giường bàn ghế kê đầy gian trong
cái nôi, tôi đã hết nằm
úp trên đầu tủ như xong phận mình

gian trước chồng chất linh tinh
thúng bao lớn nhỏ thùng thình chè tiêu
quế, cau khô cũng khá nhiều
lắm lần trư-bát-giới thiu thiu nằm

đàn heo xuất xứ xa xăm
theo ghe bầu ghé lại thăm bất ngờ
Quảng Ngãi ra, Tourane vào
mẹ tôi thường vội vã chào hàng ngay

mẹ buôn bán chắc mát tay
nông lâm sản đến đi ngay trong tuần
tôi nhìn mọi thứ dửng dưng
mê vọc cát, đái trong quần đôi khi

nhớ nhiều nhưng chẳng rõ gì
nên không dám nhắc từng chi tiết tình
lâng lâng tràn ngập hồn mình
ngôi nhà thuở mới được sinh ra đời.
+

Phần 3:

Những năm sống cùng Tiên Phước

VÀI DÒNG ĐẦU
VỀ TIÊN PHƯỚC

gần như kể chuyện chưa xưa
chan lòng lên lục bát đưa đẩy tình
trong tôi mưa nắng lung linh
núi sông hồn xác ẩn hình tinh khôi

trời cho tuổi thơ tuyệt vời
chẳng cần tưởng tượng chỉ ngồi vẽ ra
mỗi cục đá mỗi nhánh hoa
hiển linh từ thuở mẹ cha chung đời

mặt trời đẹp thuở có tôi
mặt trăng huyền ảo từ tôi thành người
nhớ kể lại, dễ như chơi
tâm lớn hơn trí nguồn hơi xuề xòa

trong từng mỗi nhánh ba hoa
đọng nghiêm chỉnh nét thật thà tôi riêng
nói nhiều dễ vướng vô duyên
mong sợi gân máu hồn nhiên sống còn

lót tình bọc chữ vụng non
hy vọng gói đủ xác hồn xưa xa
năm tôi lên sáu lân la
núi rừng Tiên Phước mở ra ngàn trùng

bốn năm hít thở khí rừng
tôi khôn lớn đủ thương từng đọt xanh
Tiên Châu, Tiên Hội loanh quanh
cảm ơn đã dạy tôi thành lá hoa.
+

NGÔI NHÀ CHỊ BÉ

(thương nhớ gởi về chị Bé, Tiên Phước)

một thời được ở nhà tranh
phên tre trét đất rơm thành vách ngăn
nền nhà đất nện nâu đen
cột kèo tre ống to bằng bắp chân
mây cườm lạt buộc cân phân
đứng trên đồi ngó hướng đông ngang tàng

mây xanh mây trắng mây vàng
mây xám mây tím sắp hàng giăng ngang
mái tranh gồng gánh không gian
nắng mưa năm tháng dần sang từng ngày

trước nhà lá quế bay bay
sau nhà đá dựng giữ mây gió vào
đêm thanh sân treo ngàn sao
dòng trăng mỗi nửa tháng thao thức tình

ngôi nhà sáng sủa xinh xinh
một thời bảo bọc gia đình chúng tôi
ngôi nhà vốn của một người
mồ côi gần suốt cuộc đời tối tăm

chị mang tên Bé, nhỏ con
hiền lành nhút nhát như con thằn lằn
cô đơn mấy trăm mùa trăng
chị thành thân quyến gia đình chúng tôi

với tình người cưu mang người
căn nhà tranh ấm tiếng cười yêu thương.
+

LỚP HỌC THỜI Ở TIÊN CHÂU

nằm úp sấp trên nền bằng, lát gạch
tôi viết chữ i rồi tới chữ tờ (t)
giấy tự túc, viết lá tre sắc nhọn
bài tập tôi thành họa phẩm rất thơ

vốn rắn mắt tôi lén sờ các tượng
như gãi lưng thọc lét các vị thần
ngự trong đình, nơi chúng tôi ngồi học
thế nên rồi, tôi, các ngài quen thân

chắc nhờ vậy tôi vụt lên giỏi nhất
lớp thầy Y ở miệt núi Tiên Châu
thằng nhóc thị thành nhiều khi làm phách
hắn ỷ y các thần cho vuốt râu

*

lớp tôi học gom chừng vài chục đứa
có anh Phương tuổi sắp làm chồng
con Thanh Thận mắt đen như hột nhãn
nó nhìn tôi, sao tôi lại bồn chồn

tôi còn nhớ thêm một thằng láu cá
tên Em A (vì lớp có hai Em)
thằng nhóc này thân với tôi bậc nhất
đi học đi chơi kè kè một bên
còn một đứa, nhớ không ra tên được
sau mấy tuần đến lớp hắn đi luôn
ăn chuối-chát bỗng nhiên lăn ra chết
thành bạn đầu tiên, tôi có mấy ngày buồn

*

đình lớp tôi nằm giữa đồi xanh lá
cau, quế, tiêu, thơm, mít, lòn-bon, chè
lẫn lộn với đám rau-sưng, lá-lốt
bù-chao-lùm, bìm-bịp với đàn ve

ngày một buổi tôi đều đều đến lớp
học đánh vần, tập viết, hát linh tinh
và cũng học luôn tăng gia sản xuất
nuôi đàn gà tự túc thật xinh xinh

giữa giờ học vẫn thường hay chạy trốn
dưới bóng cây kè đá ở quanh vườn
khi máy bay bà già rên rên tới
nằm ngửa nhìn lên cười với chuồn chuồn

thầy Y tôi, đúng là tên đích thật
không phải là mẫu tự tôi đặt ra
thầy hiện tại đang sống trên đất Mỹ
và đương nhiên đã là một ông già

còn các bạn, tôi hoàn toàn không biết
cả cô em Thanh Thận, tôi... lạ kỳ
năm, sáu tuổi chẳng lẽ nào mê gái
sao rõ ràng còn nhớ đến hôm ni?

ở đâu hỡi những người xưa cảnh cũ
nếu đọc thơ tôi xin hồi đáp một lời
tôi thằng Huỳnh, tên cúng cơm xưa cũ
vẫn giống cò-ma và mãi ham chơi.
+

NHI ĐỒNG TÔI

không rớt vào cõi cùng đinh
thêm sớm phát triển linh tinh tôi thành
thằng nhóc có chút khôn lanh
nhát gan kìm lại nên lành hẳn ra

mến thương vật thú quanh nhà
bụi cây cục đá con gà hoa cau
vật gì gần gũi tôi lâu
đều thành tri kỷ trước sau thích hoài

không chê cơm độn sắn khoai
củ môn củ trút vẫn nhai đều đều
vụng về nhảy nhót leo trèo
đôi chân lội bộ dẻo-đeo quên ngừng

tắm mưa nhiều lúc mặc quần
dẫu tơ chưa lú đầu mừng đời vui
với cặp môi nhạy bén cười
đôi mắt bắt mạch tính người chung quanh

một chút tinh quái ma lanh
tôi được gần cả xóm dành mến thân
«luân hồi tửu» [1] tôi nhiều lần
được bà con lúc tối cần uống vô

đau đầu trúng gió sơ sơ
được chóng hóa giải tỉnh bơ yêu đời
thực hư chuyện của mọi người
được khen tôi dị, nhưng cười ngọt hơn

*

tôi, nhi đồng thời xóm thôn
chỉ chừng nấy chuyện cũng ngon quá trời
lão rồi gắng giữ cái tôi
viết ra giảm mất mấy mươi ngon lành?
+

(1) nước tiểu trẻ em

TẮM MƯA RỪNG

mưa rừng đạp ngã bóng chiều
sấm chạy theo chớp xiêu xiêu mái trời
nước không kịp nhịp nhàng rơi
đổ ập cả khối, khắp nơi mịt mù

vang rền điệp khúc u... u...
đất trời co cụm hình như dính liền
đàn gà đứng lặng trong hiên
chân co mặt cúi thành hiền triết ngay

cho dù tôi rất lẹ tay
hạ cây chống cửa, nước đầy cả lưng
sẵn đà tôi tuột luôn quần
xông ra sân đất thư hùng với mưa

mưa đầy bản lĩnh, chẳng vừa
quất khắp mình mẩy chẳng chừa chỗ mô
tôi đây có ngán chi nào
bụm chim co cẳng chạy ào ra luôn
chim lạnh, teo như con trùn
nước miên man phủ suối nguồn thịt da
hết nơi chạy, tôi la cà
bên đường tre dẫn nước qua lu sành

(cha tôi buộc bẹ chuối xanh
quanh thân cau để làm thành vòi cong
nước từ tàu cau xuôi dòng
xuống thân rồi đổ vào lòng máng tre)

tôi ngồi táy máy vuốt ve
dòng nước đang chảy như nghe tiếng rừng
trời mưa một chặp rồi ngừng
tôi vào mặc áo còn quần chưa khô.
+

(một trong 2 bài được chọn đăng trong tập
Thơ Thơm Từ Gốc Rễ Tình)

TẮM GIẾNG TIÊN HỘI

tôi thường cùng chị Kim Anh
phải đi khiêng nước về dành trong lu
chị tôi ra dáng tiểu thư
còn tôi miễn cưỡng như tù làm thôi

đoạn đường dài chớ chẳng chơi
khúc đá khúc đất lõm lồi cách chi
Tiên Hội cũng chẳng gần gì
được cái giếng đá chu vi hình tròn

nước trong người ta bảo ngon
còn tôi thấy mát và thơm nhẹ nhàng
y như phảng phất hương lan
y như dủ dẻ vừa sang canh chiều

và tôi không ít thì nhiều
nhờ chị múc nước dội liều mấy phen
chắc chắn nước không vị phèn
xối đầu mát tận chân răng rùng mình

chỉ vài gàu đủ thông minh
hát hoảng mấy điệu linh tinh lạ kỳ
tiếc rằng tôi vội bỏ đi
hụt làm nhạc sĩ ra gì biết đâu.
+

TẮM NƯỚC
CHỨA TRONG LU

1.
mỗi ngày phải tắm một lần
bằng nước giếng chứa để gần hiên sau
ảng lu kề cận bên nhau
nắp đậy ghép bởi mo cau khô vàng

ánh nắng thường vẫn lang thang
sáng sáng vào đứng mơ màng làm thinh
chiều chiều gió núi rập rình
vào giờ nhẹ nắp muốn nhìn lăng quăng?

tối đến nước lạnh như băng
cho dù nhiều bữa ánh trăng không nghèo
tôi tắm một mình cái vèo
bụi trôi theo nước đất đeo thân trần

2.
tối ngủ còn phải rửa chân
dẫu lười cũng phải bần thần ra hiên
múc vài gáo dội liên miên
hai bàn chân đạp nhau liền một hơi

rửa không đến chốn đến nơi
men đất còn đọng, nằm phơi ngoằn ngoèo
mang đôi guốc gỗ cheo leo
bước đi như thể vượt đèo mấp mô

lên phản rồi mới thở phào
nằm lăn đắp chiếu còn thao thức nhìn
ngọn đèn dầu lửa rung rinh
sức dần đuối trước bóng đêm quá dày

3.
hôm nào mẹ kiểm chân tay
lôi ra tắm lại mặt mày chảy ra
mẹ kỳ đau muốn sứt da
cát đất phải biến ra ma tức thì

ảng lu nước vẫn lầm lì
đứng ngó tôi chẳng biết gì thương tâm
nhiều khi tôi giận cành hông
đá chúng một cái bàn chân tê rần.
+

TẮM SÔNG TỨ HÒA

xưa không biết danh sông Tiên
nghe gọi dòng chảy nghiêng nghiêng qua rừng
Tứ Hòa, nước đá sống chung
nước trong đá xám giữa rừng vắng tanh

đá trên bờ, đá dưới gành
lòng sông đá đựng nước xanh mây lồng
đá có hình dáng tiên ông
đá hao hao giống bàn chân khổng lồ

đá nằm chịu trận nước bào
nửa khuya nguồn đổ ngày lờ đờ trôi
tôi nằm úp, bò thay bơi
tắm không kỳ đất giỡn chơi không à

quên lửng chuyện sợ ma da
bắt cá gì nhỏ như là ngón tay
chúng nằm sát đá thật hay
bắt để đâu cũng dính ngay dễ dàng

tôi hình như ít chơi hoang
chỉ hơi hơi nghịch ngang hàng quỷ ma
mỗi lần tắm sông Tứ Hòa [1]
bao nhiêu đá nước vỡ òa theo tôi.
+

(1) Tứ Hòa = tên gọi một đoạn sông Tiên thời bấy giờ

GIA ĐÌNH TÔI THỜI Ở TIÊN CHÂU

gia đình tôi thời ở rừng
nhân khẩu thường trú lưng lưng mươi người
lên nguồn rồi lại về xuôi
ở vài ba tháng đủ vui cửa nhà

mẹ tôi lão tướng bà bà
bốn mươi lăm tuổi phó gia nắm quyền
đương nhiên không phải bà tiên
chỉ là thánh mẫu của riêng gia đình

ba tôi như một lưu linh
không biết uống rượu làm thinh đi hoài
"chú phỉnh" (1) để gì trên vai
"chú khiêng"(1) dời mãi đến dài cả lưng

chị Hòa tôi, đóa hoa rừng
siêng năng đèn sách bỗng dưng lìa đời
núi rừng đánh thuế chúng tôi?
chị hy sinh để mọi người bình an

chị Kim Anh như cành lan
hát hay kịch giỏi và ngang bướng nhiều
chị có chút ít tự kiêu
mẹ cưng và cũng ít nhiều âu lo

em Hân tôi chưa tập bò
kể từ ngày mới lần mò lên đây
hương rừng mật núi loay hoay
em lên bảy tuổi xa cây bỏ rừng

dĩ nhiên không phải người dưng
gia đình còn những chân dung rất hiền:

o Bông là cánh tay liền
gánh bầu cho má liên miên đi hoài
(con dì Bảy tôi, chớ ai
mất cha thiếu mẹ hai vai nhọc nhằn)

chị Dần, tuổi con hổ vằn
mà chẳng có chút dữ dằn nào đâu
chị con dì Tứ của tôi
vui tính và cũng ham chơi vô cùng

còn tôi, xin vẽ chung chung
ốm, đen chạy nhảy lung tung cả ngày
tôi khoái trò trốn tàu bay
xuống hầm nằm ngửa ngắm mây phiêu bồng

bấy nhiêu đó, kể như đông
cho thời khoai sắn gạo đong cầm chừng
mấy lon sữa bò lưng lưng
để nhai khỏi phải dòm chừng nồi cơm?
+

(1) lấy từ bài đã được phổ biến một thời
"chú phỉnh tôi rồi chính phủ ơi
chú khiêng tôi đến chiến khu rồi
thi đua chi đó thua đi mãi
chú phỉnh tôi rồi chính phủ ơi" - Vô danh

THÂN PHỤ

xuất thân từ Pellerin
làm anh công chức khôn lanh, làng nhàng
cái nghề kế toán khô khan
trong ngành kho bạc có làm cha vui

ngày ngày cha vẫn rung đùi
làm thơ bát cú nói cười tỉnh bơ
đầu trần tóc gió phất phơ
áo dài trắng nõn bơ vơ đường dài

tưởng cha sùng đạo Cao Đài
hóa ra thủ cựu u hoài cổ nhân
bị khiêng lên chiến khu năm (5)
đi về chiếc áo dài không đổi màu

một ngày rưỡi qua thật mau
ôm lưng chưa đủ ngấm hơi cha hiền
phong lưu như một nét duyên
không trà không rượu chỉ ghiền thương yêu.
+

MẸ HIỀN

mẹ đi đổi vải lấy chè
nhận tiêu thu quế mang về phơi khô
đường rừng quanh quẹo mấp mô
gót chân mẹ chẳng nơi nào không qua

gánh bầu [1] o Bông tà tà
rảo theo bên mẹ lúc xa lúc gần
tay mẹ xách một cái cân
cả hai im lặng mỏi chân hay là...?

cả ngày tối mới về nhà
sổ tay kiểm lại tuổi già nhân lên
đêm đêm mẹ nằm đè trên
rương xe tín phiếu (2) nhín rên thở dài

lỗ lời chóng mặt ù tai
cuối tuần ngóng bóng áo dài trắng cha
đêm xanh ngọn đèn quả cà
tiếng cười ấm áp mái nhà lợp tranh.

(1) bầu = vật dụng đan bằng tre mây có nắp đậy, thường gọi là đôi bầu
(2) rương xe = vật dụng đựng đồ có vóc dáng lớn như cái tủ nằm, có bốn bánh xe gỗ để đẩy – tín phiếu = tiền thời Việt Minh

+

LẰN ROI

mỗi khi bị mẹ đánh đòn
tôi bụm miệng khóc bên hòn đá cao
cụng đầu vào đá nghẹn ngào
chợt như nghe được lời chào hỏi thăm

buồn buồn tôi ngả lưng nằm
ngủ quên một chặp lằn đòn râm ran
tiếng mẹ gọi tỉnh mơ màng
sè sẹ lần đến hành lang dòm vào

mẹ trừng mắt rồi giả lơ
tôi bước rón rén đi vào cửa sau
lằn roi không còn thấy đau
đêm nằm chờ mẹ sờ đầu thở ra

bàn tay mẹ ngấm đến già
nỗi thương nhớ viết thật không ra hồn
câu thơ nào đủ hương thơm
đủ cho mẹ biết lòng con bây giờ.

+

LẪY

mỗi khi lẫy không ăn cơm
mẹ dành một chén và đơm thật đầy
trứng vịt luộc, cải-tàu-bay
được úp dưới cái rổ dày nan tre

ấm a ấm ức chờ nghe
mẹ bảo ăn, giả bộ sè sẹ nhai
miếng cơm cho đến sần khoai
bỗng nhiên ngọt lịm lai rai vào lòng

bây giờ có lẫy có hờn
cũng không còn được bữa ngon ngày nào
nhiều đêm nằm nhớ nao nao
dậy đứng lặng trước bàn thờ hồi lâu

sáng soi gương tóc trắng đầu
ngỡ ngàng tưởng thật mình đâu đã già
không gần mà cũng chẳng xa
mang mang vọng tiếng thở ra mẹ hiền
+

SỢ MA ĐẮP CHIẾU

bốn mùa xuân hạ thu đông
nằm trên cái phản cứng bầm thịt da
nóng lạnh đều nổi da gà
bởi vì cái bệnh sợ ma quá chừng

nằm úp sợ ma sờ lưng
nằm ngửa thấy mắt trừng trừng chung quanh
thu đông đắp chiếu đã đành
toát mồ hôi hột cũng giành chiếu hoa

chiếc chiếu Yến Nê như là
lúc dài lúc ngắn hở da thịt mình
phủ đầu, lạnh cẳng rùng mình
kín chân ngọn tóc rung rinh hết hồn

nằm co như một con tôm
tai áp sát phản vờ không nghe gì
rừng đêm núi thẳm rầm rì
cầm canh tiếng cú, gió vi vu cười

quanh hè lảng vảng bóng người
chân không chấm đất tới lui bềnh bồng
cái lưỡi dài chấm đến hông
lắc qua lắc lại lòng vòng tìm ai

tôi nằm co gối sát tai
chiếc chiếu như chẳng đủ dài, ngán chưa
sáng nào cũng ngủ dậy trưa
con ma buổi tối chừ còn chưa xưa.

+

MÓT CỦI

vẫn thường theo chị Kim Anh
lang thang mót củi loanh quanh bờ rừng
tay không đầu trụi quậy tung
gai châm đá chích bàn chân chẳng mòn

vừa đi vừa chạy lon ton
cây rừng xanh núi, nhánh con rụng đầy
có nhánh lớn bằng cổ tay
có nhánh như một sợi dây chặt rời

củi khô dồn bó thành đôi
chị Kim Anh gánh xuống đồi thong dong
tôi ôm mấy nhánh lòng thòng
kéo lết dưới đất trong lòng rất vui

chà-là chưa chín đầy đồi
chát ngầm tôi vẫn tím môi nhai hoài
đường không xa cũng nặng vai
ước gì gặp được một vài bụi sim

tự dưng cảm thấy thèm thèm
cái bụng mũm mĩm mềm mềm trái sim
nhớ luôn màu tím lim dim
y như ngái ngủ liên miên cả đời.
+

XEM RẮN RỒNG BẮT CHUỘT

trưa thiêm thiếp chợt giật mình
tiếng chi sột soạt ngẩng nhìn, thất kinh
tưởng đòn-đông [(1)] biết rung rinh
đâu ngờ con rắn-rồng [(2)] rình chuột thôi

dụi mắt ngó sững một hồi
thấy cái bụng trắng, thẳng rồi lại cong
từ khu-đĩ [(3)] nó bò vòng
ngược lên cái trính [(4)] lòng thòng cái đuôi

vo ve tiếng cánh con ruồi
những con chuột nhắt đen thui trốn rồi
tôi nằm im, rịn mồ hôi
lo cho lũ chuột ham chơi vô cùng

rắn bò quanh quẩn lung tung
rồi chui khu-đĩ ung dung ra ngoài
tôi nhẹ bước dòm lên coi
nắng nghiêng lên mái nằm dài lơ mơ.
+

(1) đòn đông = cây xà đâm ngang hai cây cột chính của căn nhà
(2) rắn rồng = một loại rắn hiền, không có độc, rất thường lân la vào các mái nhà tranh
(3) khu đĩ = là hai đầu hồi tam giác của căn nhà tranh có 4 mái
trính = một bộ phận trong căn nhà như kèo, cột, rường, trỗng, v.v...

BẮT VE

xách rựa chặt nhánh tre non
về trảy hết mắt làm con sào dài
phơi trên giàn mướp hẳn hoi
màu xanh bắt nắng vừa phai dần dần

mít chín cây ở cuối sân
mùi thơm phưng phức hương nồng mái hiên
chờ mẹ về hái ăn liền
xong quấn cục mủ nằm riêng đầu sào

nửa buổi, trưa, gió lao xao
râm ran tiếng hát ve gào khắp nơi
với sào, nhón gót... được rồi
cánh ve dính mủ bắt chơi dễ dàng

một hôm bất cẩn chổng càng
té ngửa trên bụi mây vàng gai đâm
mũi gai như những sợi lông
không ngờ xót nhức vạt hông đỏ rần.
+

NGÕ ĐÁ

nhà tôi ở trên ngọn đồi
đi về hai ngõ, hai nơi hẳn hòi
ngõ đất xuôi xị khó coi
trèo không cẩn thận trợt dài như chơi

ngõ đá là suối khô rồi
cỏ hoa xinh đẹp như nơi thiên đình
thế nhưng chạng vạng, ban đêm
không ai can đảm một mình đi lên

tiếng đồn rắn gáy bốn bên
và con beo vẫn ngồi trên đá chờ
bốn năm cư ngụ non cao
tôi không có được lần nào đi đêm

con beo cũng chỉ nghe tên
hổ mang nghe kể bớt thêm nhiều lần
bây giờ dẫu có thành không
nhưng riêng tôi vẫn hết lòng nhớ nhung.
+

XƯỞNG CHÈ TIÊN PHƯỚC

thật khó quên cái xưởng chè
bỏ hoang trước thuở tôi về ở đây
mái còn đầy đủ tranh mấy
bốn vách trống hốc gió bay tha hồ

tôi thường lững thững ra vô
hoặc ngồi vọc đất ngu ngơ một mình
cây kèo cây cột làm thinh
nhưng dường như chúng cùng rình rập tôi

ngồi chơi lủi thủi một hồi
ra quán bà Ngữ... ngó thôi... không tiền
miếng kẹo đậu phụng nghiêng nghiêng
phong bánh-da nõn trông hiền biết bao

xâu bánh-ú mập làm sao
treo toòng teng cạnh lối vào rung rinh
thò tay vào túi quần tìm
dẫu biết không có một xu ten nào

bà Ngữ người dong dỏng cao
nhai trầu tóp tép cười chào tự nhiên
một người vừa mới vào hiên
đỡ thẹn tôi lặng lẽ liền rút lui.
+

LỘI RUỘNG

trời hanh nắng sau mưa dông
tôi chạy thẳng xuống cánh đồng ruộng xa
bàn chân thả bước tà tà
bờ ruộng mát rượi như là nước ngâm

ngọn lúa nằm dưới nước trong
vu vơ tiếng gió chạy vòng gốc xanh
tôi tìm bọt nước sủi tăm
để bắt con cá thia nằm vẫy đuôi

cái chai-cốc mang bên người
chứa nước mưa sẵn chờ nuôi thế mà
mười lần hụt bảy còn ba
hụt hai còn một vẫn là chai không [1]

tôi đi bờ ruộng giáp vòng
thấy con đỉa, con rạm đồng... vẩn vơ
gió lay ngọn cỏ vật vờ
một con quốc bước hững hờ, vụt bay

ra về bùn dính hai tay
dốc chai đổ nước lên cây huệ rừng
nắng chiều ngả nhẹ trên lưng
tôi cõng luôn cả không trung vô nhà.
+

1 = nhại theo câu sấm được truyền miệng thời bấy giờ: 'mười phần chết bảy còn ba, chết hai còn một mới ra thái bình'

CHƠI CÁ LIA THIA

loại cá nuôi chơi đầu đời
nhỏ bằng ngón giữa tôi thời ấu thơ
vây, đuôi uyển chuyển ngọn cờ
bay giữa thời đại tôn thờ quan, vua

cá trưởng giả cũng se sua
xanh, nâu, vàng, đỏ... theo mùa hay sao?
và dù ăn diện màu nào
lằn ngang sậm điểm ngọt ngào quanh thân

mấy chàng đực rựa, già gân
diện trông sặc sỡ bội phần trẻ con
mấy nàng dẫu còn tơ non
nhan sắc lợt lạt phấn son nhạt nhòa

tôi thường tóm các anh già
nuôi riêng từng cụ... vậy là nghinh nhau
tôi thương không để chúng đau
không cho trực tiếp đánh nhau bao giờ

nuôi chai thường hay rách cờ
lâu lâu phải thả vài giờ ra tô
ngồi canh bất trắc bất ngờ
vừa nhìn chúng lội vẩn vơ cười thầm.
+

HOA DỦ DẺ

con đường dẫn xuống Tam Kỳ
có cái ngã rẽ để đi vào nhà
chạng vạng tôi thường lân la
theo mùi dủ dẻ bước qua cổng nhà

nhiều lần táy máy hái hoa
xinh xinh nho nhỏ như là đồng xu
cánh vàng cưng cứng gần như
những móng tay nhỏ hiền từ dính nhau

hoa thơm ngát tận đâu đâu
nhiều khi có kiến có sâu sa đà
tôi mê chùm trái mặn mà
giống như nải chuối hườm da ngọt ngào

hái hoa hái trái cất vào
cái lu đựng gạo nao nao thăm chừng.
+

XEM SĂN THÚ RỪNG

cái còi làm bằng sừng trâu
thổi lên kêu tiếng gì đâu lạ lùng
y như gió nghẹt trong thùng
u... u... chẳng khác lùng bùng lỗ tai

vài tiếng ngắn một hơi dài
cả đàn chó tập họp ngoài vuông sân
con mực con vá con vằn...
mặt mày hào khí đằng đằng hiên ngang

hai người khiêng lưới sẵn sàng
một hồi còi nữa cả đoàn xuất quân
tôi chạy lúp xúp theo cùng
đường sương còn ướt lá rừng quanh co

bìa rừng nắng sớm thập thò
một con heo vội co giò chạy nhanh
tiếng chó *"đánh"* bủa chung quanh [1]
tôi dòm chỉ thấy núi xanh trùng trùng

lòng mong người bắt thú rừng
lại lo cho chúng thòng lưng ngó trời
ước gì xin được về nuôi
con mang, con sóc cho vui cửa nhà

cuối cùng tôi hái được hoa
trong mỗi lần lén tham gia săn mồi.
+

(1) tiếng địa phương

VÂY CỌP ĐẦU NĂM

sáng ba mươi nắng rạng ngời
sương khí đá núi quắn người ngồi run
cha chưa về tới buồn buồn
còi săn vang vọng thất thường chợt vui

tin vang cọp dính bẫy rồi
bứng tôi một mạch xuống đồi chạy theo
ông ba mươi về xơi heo
chẳng may gặp phải hiểm nghèo cuối năm

lưới giăng mấy lớp vòng vòng
chúa sơn lâm vẫn quyết lòng thoát thân
rừng tiếp núi tưởng đã xong
lưỡi mác ngọn giáo quả không ra gì

một tiếng nổ ngã tức thì
bị đốt râu mép khiêng đi ngon lành
bốn chân bịt bẹ chuối xanh
đầu ngoẻo xuống đất mất anh hùng rồi

nhà tôi được biếu thịt đùi
mẹ xào mẹ nấu bay mùi quế tiêu
tôi ăn chỉ một xíu xiu
mà nôn ọe suốt buổi chiều đầu xuân

thịt cọp lạt, khét lạ lùng
biết đâu nó cũng đã từng xơi ai...
+

NGƯỜI BẠN RẮN MỐI

mấy con rắn mối mập ù
hình như chẳng biết sợ tôi chút nào
bò ra khỏi bụi bò vào
nắm cơm tôi bỏ cứ hao hụt dần

không là bạn cũng quen thân
thấy nhau như thấy một phần bình an
bụi chè tàu giống cái hang
giúp tôi cảm thấy an toàn hẳn ra

mỗi khi nghe tiếng bà-già [1]
hai anh em trốn qua loa một hồi
mấy con rắn mối quen hơi
hang trong hang vẫn dạo chơi bình thường

"vườn không nhà trống" (2) , nói suông
nhà tôi còn cả cái buồng... đấy thôi
ngoài vườn, hiện diện chúng tôi
thơm, chè, mít, quế, trầu hôi... nữa kìa

đàn rắn mối những năm kia
bây giờ không biết dựng bia nơi nào
hay đi vào những trã xào
cùng với lá lốt ngọt ngào nhà ai?
+

(1) bà-già = tên gọi máy bay L19 thám thính của Pháp
(2) vườn không nhà trống = một chủ trương của Việt Minh

BẮT CHUỘT NHẮT

mít ướt chín rụng sau vườn
đám bù chao chợt buồn buồn hót vang
tiếng trưa như một mũi khoan
xuyên vào vách đất gọi khan tên mình

tôi nằm thao láo làm thinh
nhìn em Hân mải mê rình bếp tro
trã rang vung đậy giả đò
hở ra một khoảng vừa cho chuột vào

thò ra rồi lại thụt vô
mấy anh tý đã đề cao lắm rồi
nắm cơm Hân để làm mồi
quả nhiên là những lời mời thơm tho

từ sè sẹ đến thẳng giò
em tôi chưa thể thắng trò chơi vui
thế rồi tiếp đến phiên tôi
thòng dây chờ kéo vung nồi may ra

lũ chuột nhắt vẫn tà tà
chơi trò du kích tinh ma vô cùng
trật hoài tôi bỗng nổi xung
mạnh tay kéo bể cả vung lẫn nồi

trận đòn đang chờ đợi tôi
muốn khóc không dám đứng ngồi không yên.
+

CHUỒNG GÀ

cha làm xong cái chuồng gà
nửa ngày chủ nhật bay qua nhẹ nhàng
mái hiên ấm khói thuốc lan
tôi ngồi trên vế tay quàng sờ râu

cha cười gục gục cái đầu
mái tóc đen quắn một màu man man
chuồng gà mới thật khang trang
ba tầng vững chắc dọc ngang để huề

sườn tre chốt mộng chỉnh tề
ba bên vách ván cận kề giáp nhau
sàn hở ván kín trên đầu
mặt trước mắt cáo lỗ ruồi khít khao

ba cửa rộng đủ ra vô
đóng mở có khóa chốt vào chắc ăn
chuồng dựng sát vách thăng bằng
bốn chân cao cỡ bằng thằng bé con

chuồng xong gần một tháng tròn
mẹ cho mỗi đứa một con gà giò
gà tôi là chú gà cồ
đứng đi kênh kiệu tự cao ngang tàng

gà của Hân lông vàng vàng
chân ngắn mồng thấp rõ nàng mái choi
đêm sương ngậm, ngày nắng soi
gáy cùng cục tác lai rai cả ngày

chẳng bao lâu chuồng gà đầy
trống mái đầm ấm cả bầy bên nhau
vườn sân bươi loạn xà ngầu
phân vãi bất kể nơi đâu quanh nhà

cúc cù cu vãi thóc ra
cả đám bu lại như là dàn quân.
+

CON GÀ "TỰ TÚC"

con gà tự túc của Hân
bỗng nhiên bay nhảy rần rần khắp nơi
đầu chuồng, giàn để chảo nồi
bay luôn lên cả đầu hồi, mái tranh

lơ láo dòm ngó loanh quanh
chẳng biết đôi mắt tinh anh tìm gì
ngỏng cao đầu, chợt tức thì
nhảy xuống quày quả bước đi ra hè

mẹ tôi lấy cái rổ tre
bỏ vào ít rạ để che đầu chuồng
con gà chợt rất dễ thương
hình như nó đã quá buồn ngủ thôi

nhảy lên ổ nằm thảnh thơi
loay hoay mỏ kéo rạ chơi bình thường
rình xem một chặp buồn buồn
tôi ra gặm quế cho thơm miệng mồm

thốt nhiên giữa ánh nắng vàng
tiếng gà cục tác ngân vang hè nhà
y như một ả ba hoa
khoe công sức để cho bà con nghe.
+

VẠT ĐẤT TĂNG GIA

lập vườn trong vạt cỏ tranh
đất thịt gốc cỏ cuốc trành, hết hơi
ra công gần mấy ngày trời
miếng vườn sản xuất của tôi đã thành

chống cuốc đứng ngó loanh quanh
cuốc cao tôi thấp cũng thành bạn thân
lòng bàn tay nhiều chỗ phồng
nhưng không đau lắm dần dần bầm chai

gió bay qua vạt quế dài
giống như đường quạt của ai thưởng mình
mấy hạt đậu-đũa xinh xinh
tôi chôn dưới đất khôn lanh vô cùng

chỉ vài hôm thấy cả vùng
nhú lên cả đám vui mừng cùng tôi
đàn gà quậy phá quá trời
chẳng hơi đâu phải ra ngồi trông coi

hì hụt rào dựng hẳn hoi
trồng thêm ớt-hiểm cà-chua sát rào
mỗi ngày múc nước tưới vào
mỗi gốc mỗi gáo nao nao chia phần

tăng gia sản xuất lâu dần
cũng thành cái thú tay chân tuyệt vời.
+

CỦ KHOAI MỤT

khoai người đào củ đã lâu
còn trơ nền đất vàng nâu lõm lồi
tôi đang lững thững đi chơi
thấy từ dưới đất đâm chồi lá xanh

lượm được một miếng mảnh sành
ngồi xuống chăm chú đào quanh đọt mầm
bàn tay bé nhỏ chợt cầm
săm soi cái củ người trồng bỏ quên

chùi hoài khoai vẫn lấm lem
muốn cắn một miếng sợ rêm răng ngà
ngó gần tiếp đến nhìn xa
trên vạt đất trống còn ba bốn mầm

chân đất đạp nắng thong dong
đi đào từng củ khoai, hồng bàn tay
trời đang dàn trải đám mây
có xanh có tím đổi thay vô lường

lúc thì có dạng quả chuông
lúc thì như thể người buồn nằm suông
bỗng nhiên tôi cũng buồn buồn
cầm củ khoai mụt qua đường nắng phai

tiếng con khướu hót ngang vai
xế trưa chợt đến như ai vừa về
rừng trầm mặc gió tỉ tê
Tiên Châu, Tiên Hội nằm kề bên nhau

tôi về tay mở che đầu
cũng không ngăn nắng hóa nâu mặt mày
củ khoai vẫn nằm trong tay
nghe như nó hát nhớ ngay mẹ hiền

bà tiên xinh xắn dịu hiền
cú đầu tôi mấy cái liền, không đau
củ khoai mụt đào ở đâu
con đem trồng lại cho màu lá xanh

con đừng ăn sống, không lành
con đừng nướng nó mong thành gà quay
chẳng thưa mẹ, tôi chạy ngay
chôn lại chỗ cũ đợi ngày trổ hoa

năm dài tháng ngắn dần qua
mẹ tôi đã ở phương xa mất rồi
vợ hiền vừa luộc khoai mời
chạm môi chợt nhớ những lời mẹ xưa

đêm chùng xuống những giọt mưa
không ứa mà rớt lệ thừa hay sao
bàn tay mở nắm chiêm bao
nhớ khoai nhớ mẹ nao nao nỗi buồn

rời Tiên Phước rồi đi luôn
cái tôi có bén rễ nguồn Tiên Châu?
+

THÀNH TINH?

chắc chắn sẽ bị mắng
"đồ hiện yêu hiện tinh"
nếu cỡ bảy, tám tuổi
thấy gái cứ rập rình

tôi thật đâu đã biết
cái chi ra cái chi
nhưng thời ở Tiên Phước
một đôi khi kỳ kỳ

có cái gì khoai khoái
khi đứng gần một ai
tóc dài cùng giọng nói
rót nhẹ thật êm tai

tôi thinh thích ngó bé
tóc chưa đụng cánh vai
nhưng đủ che kín cổ
gió bay lộ ra hoài

tên cô bé tôi nhớ
khai ra sợ mất lòng
bởi bé chừ đã lớn
chắc hạnh phúc chồng con.
+

CHIM SẮT (SẮC?)

hình ảnh đẹp rừng núi
chim có lẽ ưu tiên
tạo cho tôi thích thú
nhưng không mấy có duyên

vàng-anh tôi khoái nhất
nuôi mơ ước trong lòng
nhưng đến khi xuống núi
vẫn chỉ là ước mong

tôi được nuôi một loại
bé bé không mấy xinh
tên gọi là "chim sắc"
chúng không biết thân tình

nuôi lâu cưng rất mực
gạo lúa nước trong veo
mớm cho cả nước miếng
lồng hở bay một lèo

tôi nuôi đi nuôi lại
bỗng mến màu lông nâu
nhỏ hơn cả chim sẻ
nhưng không phải chim-sâu

một loại "gi" có phải ?
cũng là dòng manh manh
tôi gặp chúng trở lại
ở ngay Montréal

muốn mua nhưng đã chán
họa mi yến ngon hơn
thì ra tôi cũng chọn
bề ngoài xinh đẹp hơn.
+

CON KHƯỚU NHÀ ÔNG RUỘNG

không rõ loại lông vũ
đã nhờ ai điểm trang
trời sinh trời làm đẹp
mỗi loại một dung nhan

giang sơn rừng và núi
chim khướu có chia phần
chúng đóng góp giọng hát
mê hoặc nhiều hiền nhân

khướu gồm có hai giống
khướu-bạc-má, khướu-ô
khác ở chỗ lông má
trắng, đen lông phất phơ

con khướu nhà ông Ruộng
hai má chùm bông lau
lưng khoác nhung mướt rượt
cân đối trước cùng sau

có thần lẫn có dũng
vẹn toàn cả võ văn
chưa được nghe nó hót
dở hay biết ra răng

một kỷ niệm ốt dột
muốn giấu mà không xong
tôi từng run sợ nó
trong lần bị tấn công

chuyện là tôi thường đến
nhà ông Ruộng đòi tiền
(ông này hay mua chịu
và khất nợ triền miên)

lần đầu thật bất tử
mới vào đầu ngõ thôi
con chi không kịp thấy
mổ xẹt ngay đỉnh đầu

lủng da sứt cả tóc
tôi vung tay quơ quào
nó như một hòn sỏi
ai mạnh tay ném vào

nhiều lần sau tương tự
dù tôi thủ thế rồi
nhìn nó từ giàn bí
xẹt tới rồi xẹt lui

trong khi tôi dè dặt
nó gia tăng hung hăng
mang theo cả cây chổi
cũng có phần cân bằng

thật tình sợ lẫn thích
ước có để nuôi chơi
trời thương cho sở hữu
khi đã rụng chân rồi.
+

CU ĐẤT

vườn nhà quý nhất chim cu
giống chim dân dã chân tu đàng hoàng
cổ đeo cườm như khăn quàng
phương phi bệ vệ loại sang xóm làng

nuôi cu là thú hưởng nhàn
tôi mới nứt mắt cũng ham như thường
con cu tôi thật dễ thương
ăn no đứng gáy ung dung nhịp nhàng

chẳng "cúc cu cu" ngang ngang
giọng ba giọng bốn miên man vang trời
"cúc cù cu... cu... cu..." trôi
khoan thai bốn nhịp khoe lời thảnh thơi

gáy đã chuyển qua gù chơi
gù ba bốn điệu nhanh lơi hài hòa
"bo, thúc, kèm, tiền, hậu"... ca
giọng kim giọng thổ... mượt mà tinh khôi

gáy gù hợp âm đi đôi
gần như quên hết cuộc đời tù giam
tôi thương tình và hết ham
thả nó về lại không gian vườn nhà

vụt một cái nó bay xa
bạc nghĩa chẳng ngó tôi qua chút nào
cu cũng bạc tình hay sao
tôi chưa kinh nghiệm chỉ nao nao buồn.
+

KHIÊNG NƯỚC

thương nhớ gởi chị Lê Thị Kim Anh (Kiều Liên)

một cái thùng con con
một đoạn tre nho nhỏ
chị thương chịu nặng hơn
lâu lâu hơi cau có

em đi trước run run
đòn nghiêng vì vai thấp
dốc đá vấp luôn luôn
thùng va vào sau gót

một đôi lần em khóc
ngồi chùi vệt máu tươi
rắc lên chút đất bột
thế mà vui rất vui

giếng trong xanh nước mát
uống lưng một vành gàu
chị múc em đứng hát
nắng chiều vàng tàu cau

ngày qua ngày qua vội
mới đó thế mà già
chị chồng con lận đận
em bỏ xứ bỏ nhà

ở đây trời đẹp lắm
sao chẳng hề thấy vui
chẳng phải vì em khổ
chợt nhớ nhà đó thôi

ước chi được nhỏ lại
như những ngày tản cư
cùng chị đi khiêng nước
bắt nòng nọc vọc chơi.
+

(Phan Ni Tấn phổ nhạc -
(đã in trong tập Ngơ Ngác Cõi Người)

TIÊN PHƯỚC, HÌNH DẠNG CŨ

bốn hướng mù mù mây giáp đất
thọc tay xuyên thủng, xé không ra
ngùn ngụt khí hàn trồi mặt đất
máu tưởng chừng như đọng dưới da

rừng dạy cây vươn cành tự tại
chen vai dựa bóng thở vào nhau
nghìn năm chuyển bước không dợn nét
âm thuần, dương chuẩn tận ngàn sau

hương núi lừng lừng nuôi hổ sói
đá chồng đá dưỡng dế giun sinh
mạch suối mang mang dòng nhạc tấu
chim gọi tình nhau âm tái sinh

Tiên Phước đội trời nghênh ngang đứng
tôi chào ra mắt thuở lên năm
lòng như vạt đất mời cây mọc
xin gọi lại một lần, thay viếng thăm:

cây quế, cây tiêu, cây đủng đỉnh
cây ươi, cây ráy, cây dầu lai
cây mây, cây sơn, cây lật mất
rau sưng, rau má, cải tàu bay....

còn bao tên gọi không kịp nhớ
vẫn trổ hoa trên gót chân ngày
lòng như nhánh đậu cho chim hót
thả giọng lại xem những cánh bay

bìm bịp, cú mèo, vàng anh, khướu
họa mi, chất quạch, sáo, bù chao...
những tiếng hót vàng chưa tên gọi
đang thổi âm thanh đến cõi nào?

lòng như ổ ấm trùm muôn thú
mái gầm, bò cạp, vắt, đỉa, mang...
hiền lành, hung dữ để huề sống
ngôn ngữ riêng: chung một diễn đàn

lòng như thảm bạch mời ông lão
búi tóc tròn vo một củ hành
hai ngón cái chân còn quay lại
tìm nhau trong bước ngại đi nhanh

Tiên Phước ôm tôi năm bốn sáu
xưởng chè rộng bỏ gió tan hoang
úp lưng trong mái đình Tiên Hội
tôi vẽ i tờ xuống mấy trang

củi lượm mấy que dồn cho chị
chà-là mấy nhánh bẻ cầm tay
trái sim mập ú như bụng nhộng
vui miệng lai rai cắn cả ngày

đi xuống đi lên đồi tiếp núi
con đường dủ-dẻ gọi bâng quơ
sông Tứ Hòa xanh lòng đá lát
ba năm nằm chưa nổi bao giờ

Tiên Phước buồn ơi, tôi đã bỏ
con cá lia-thia, con rạm đồng
con gà tự túc lông chưa đủ
sấm chớp ào ào chiều mưa dông

tôi đã đi rồi, tôi xuống núi
một lần ghé lại cũng đành không
bom có dội nhằm vào bụi duối
lòi con rắn mối thuở tôi chôn?
+

(đã in trong Quá Khứ Trước Mặt, tập hồi ký, văn xuôi)

Phần 4

Nơi Liêm Lạc
Hòa Đa Quảng Nam

VỀ TỚI QUÊ NỘI

đến Mân Quang trời vừa đứng bóng
nắng lan tràn chưa thể đi thêm
đò sợ sáng còn chưa ghé bến
thẳng ngay gì cũng phải đi đêm

vào chạng vạng cha dường hồi hộp
nắm tay tôi bóp bóp nhẹ nhàng
đôi chân trần chạm vào cát ướt
như phép tiên chế ngự hoang mang

*

sông quá rộng nước trôi theo gió
đò băn khoăn chợt ngược chợt xuôi
tôi trực nhớ biển xanh Hà Quảng
người chị thương cát lấp khuất người [1]

nhớ có nhớ nhưng buồn chưa được
cũng như cha, tôi thấy phập phồng
phía làng nội mênh mông trống trải
không cây cao, lúa úa cánh đồng

*

thoáng tưởng tượng ra người lính Pháp
mang tên chung da-trắng-lê-dương
mũi nhọn hoắt mắt xanh mày rậm
cả con chim cũng rất phi thường

nỗi lo sợ bất ngờ chấm dứt
cha chỉ tay nóc nhà ngói cao
tôi như chạy hơn là đang bước
đạp sân nhà không chút nao nao.
+

(1) chị thứ 7 của tôi trốn về trước và cùng nhiều người bị bỏ mạng; nhờ cái chết của chị, cha tôi xin phép đi nhận xác và trốn về luôn.

TỔNG QUAN LÀNG NỘI

1.
làng quê thơm lòng ổ
rơm rạ lót tình thâm
bếp chiều mây đợi khói
gò mả người xưa nằm

cây da tình đan rễ
miếu đình hồn thần hoàng
chân trâu lún đường đất
đàn vịt trắng đầm hoang

cổng vào tre găng hát
gà trưa gọi nồng nàn
trẻ cười tắm mưa chạy
chó tán tỉnh trăng vàng

làng quê đại khái thế
nét đẹp thường chung chung
làng quê tôi cụ thể
qua nét vụng chân dung:

2.
nằm gần quốc lộ 1
làng không xa đồn Tây
cách dòng sông hoa súng
có đò đưa cả ngày

tôi từng qua Quá Giáng
thường lội chợ Miếu Bông
tám chín tuổi chưa lớn
nhưng thích ngó viển vông

đã có sang Lỗ Giáng
Cồn Dầu cùng Cổ Mân
Mân Quang chẳng chi lạ
chân thơm bụi lội trần

những làng giáp ranh ấy
na ná như làng tôi
giàu cây trái hoa cỏ
khác chăng sĩ số người

làng tôi với lính Pháp
là vòng đai an toàn
nên dù hay bố ráp
làng vẫn xanh bình an

3.
mang tên gọi Liêm Lạc
liêm khiết và lạc quan?
ví von người bảo vậy
căn cứ dân thanh nhàn

đất không chôn cuống rún
nhưng tôi quý xóm thôn
hỉnh mũi vì nhà cửa
mùi ruộng vườn cha ông

làm sao kể không sót
những liên hệ đầu đời
trong ngàn vụn mạch sống
ăn nhịp hơi thở tôi

4.
xin lược kê lộn xộn
những hình ảnh dưới đây
để nhớ, mừng mình được
lớn vui cùng tháng ngày:

mẹ sai đi giữ lúa
mùa gặt đông tá điền
đôi lần đỉa dính gót
vùng chạy té lăn chiêng

lững thững băng bờ ruộng
tìm cá lia thia cờ
gặp ổ chim chiền chiện
làm dấu từng ngày chờ

lang thang vào xóm lưới
quờ quạng đến xóm trong
ghé đình làng rờ rẫm
thầm trình diện tiền nhân

nhiều lần ra gò mả
theo mấy đứa chăn trâu
chúng nịnh cho cỡi thử
vẫn nhát gan lắc đầu

chiều mát dòng thủy lợi
hóng gió ngồi thòng chân
ước mơ thật lẩn thẩn
theo ghe giấy xuôi dòng

cặp chân tôi ghiền bước
chẳng ngại chi lòng vòng
tay vững vàng cầm ná
đạp gai cũng như không

(tôi là tay thiện xạ
sát chim để lấy oai
cho đến ngày nước mắt
tự dưng bỗng chảy dài

một con chim sâu-nghệ
bị bắn bay mất đầu
chôn xác nó cùng ná
không thể, nghỉ hẳn chơi)

5.
tuổi thơ đỏ gốc ớt
trái chín đậu quanh năm
tuổi thơ như múi mít
vàng thơm dính quanh cằm

bất ngờ hạnh phúc mới
đến nhẹ không tiếng vang
má, em Hân xuống núi
cả nhà dọn ra Hàn

(má tôi ngày tháng đó
vì cha trốn về làng
ăn cơm tù từng bữa
khánh tận cả dung nhan)

bốn năm ở quê nội
chặng đời tôi trẻ thơ
thiêm thiếp trong ký ức
thở nồng những giấc mơ

bây giờ tôi ươm chữ
tình chưa nở thành thơ
nhưng vẫn tin còn đủ
vết đời đọng ngọt ngào.
+

SÔNG LÀNG

1.
làng tôi có đến hai sông
cuối làng sông Cái mênh mông rời nguồn
bao la mang một nỗi buồn
cò sang ngang thế cánh buồm trắng trôi

gió ru dòng nước bồi hồi
hai bên bờ bãi vắng người ngó nhau
sông nằm đón những vết đau
lâu lâu hà bá vuốt râu tóc người

mây xanh mây trắng trên trời
như sợ đạn lạc cũng lười tắm sông
làng tôi dân không được đông
bên kia tôi ngỡ rằng không có người

sông cô độc sống buông xuôi
bến xuống mờ dấu chân đời xa xưa
linh hồn ánh nắng làn mưa
còn chăng không rõ tôi chưa hiểu nhiều

2.
đầu làng sông thật đáng yêu
một dòng nho nhỏ mỹ miều lá hoa
cành non lấn ngã cành già
uống hương nắng sớm thiết tha chan lòng

tim tím hoa súng thong dong
giữ quanh mình những sợi rong bồng bềnh
gió đưa nước chảy êm êm
nhiều khi như đứng nhìn lên bầu trời

thúng gióng người nối chân người
lại qua tiếng nói giọng cười khoan thai
chị đưa đò dáng mảnh mai
dầm sào thay đổi oằn vai theo ngày

dĩ nhiên tôi từng loay hoay
xuống đò ngồi xổm rửa tay chân mình
vốc lên bụm nước thân tình
vẩn vơ nhìn ngụm thủy tinh trong ngời

3.
ba năm hơn ở làng tôi
tắm mưa tắm giếng dầm người trong sông
tôi chưa hề có một lần
tắm sông kỳ đất, ham lòng vòng bơi

tôi sợ nước đục vì tôi
hay là lười biếng mải vui nô đùa
dù bao giờ tôi cũng thua
bơi thi như thể con rùa tập đi

mẹ thường nhắc "liệu hồn mi!"
nhà có noi đó, bơi chi cho nhiều
xuống nước rồi vẫn cứ liều
cảm ơn hà bá chưa yêu thương mình.
+

SÂN GẠCH

nắng đứng bóng, xế chiều mưa
vuông sân gạch đựng tiếng đùa trẻ thơ
không thiếu giọng tôi bao giờ
luôn luôn lấn át vang cao hàng đầu

tôi, người quyết định mau lâu
mọi trò chơi diễn đến đâu luôn tùy
thắng thua tôi vẫn giữ y
cái quyền quyết định phải đi hay ngừng

*

đá bóng dù sứt móng chưn
u mọi lỡ rách cái quần chẳng sao
trốn tìm hay nhảy cào cào
đá kiện, trồng chuối, lộn nhào, bắn bi...

nhiều trò tôi chẳng ra chi
nhưng luôn giữ chức chỉ huy vững vàng
cậy sân nhà tôi làm tàng?
một phần có lẽ tôi đang làm thầy

*

dĩ nhiên không thiếu những ngày
mình tôi lững thững bước đầy bâng quơ
ánh nắng làm bớt bơ vơ
làn mưa tăng mãi thẫn thờ nhớ mong

đã bao nhiêu trận mưa dông
nước không kịp rút chạy vòng bông lông
nước rớt gặp nước trổ bông
thành bong bóng nổi như trồng thủy tinh

niềm vui đến bất thình lình
nhưng trong chốc lát lặng thinh tan dần

*

ngày tôi bỏ lại vuông sân
hình như tôi đứng tần ngần hơi lâu
từng lát gạch màu nâu nâu
nắng mưa và cả mồ hôi tôi chìm

bao nhiêu giây phút lặng im
bao nhiêu ngày tháng lim dim nhớ nhà
đã qua đã qua đã qua
cái sân gạch ấy thành ma mất rồi

thịt mềm gạch cứng ấy thôi
vò trong tay nỗi bồi hồi mấy câu...
+

ÔNG TÔI VÀ CỖ QUAN TÀI

những năm tôi sống cùng làng
ông nội tôi vẫn thanh nhàn quan liêu
tuổi hơn tám chục, quá nhiều
ông vẫn đi đứng hắt hiu riêng nhà

ngôi nhà ngói chìm giữa hoa
cỏ cây xanh đứng bao la chập chùng
mặt tiền gỗ chạm từng vùng
nhật nguyệt chim bướm chân dung lân rồng

hàng hiên nắng gió lưu thông
nhưng không bay được mùi nồng liêu trai
nhà luôn cửa đóng then gài
mình ông đi đứng nằm dài bên trong

tôi không hề dám đến gần
trừ khi có lệnh chính ông gọi vào
tình ông cháu có hàng rào
linh thiêng chi đó ít trao đổi cùng

*

ông luôn tự tại ung dung
còn tôi như bị lấy cung run hoài
miệng nói mắt len lén coi
năm bảy gốc cột tròn vòi vọi cao

giường nằm ghế ngồi lẫn vào
bóng tối nhợt nhạt ơ thờ chung quanh
trong ánh đèn leo lét xanh
cái hòm gỗ đỏ trở thành áng thư

trên nắp ly nước còn dư
một ống đựng bút lông như hoa tàn
mấy cuốn sách hẹp bề ngang
bìa nổi chỉ đóng những dòng thẳng ngay

*

ông bảo tôi xòe bàn tay
cúi sát mắt ngó định rầy la chi
nhưng không ông chẳng mắng gì
nhẹ bảo như đọc cổ thi mù mờ

tôi bước thận trọng không ngờ
vấp cái ống nhổ đồng to cuối giường
bấy giờ ông thật dễ thương
bảo cháu cẩn thận, vào thường thăm ông

ra ngoài xong mới yên lòng
bỏ xuống gánh nặng sợ ông nội mình
tôi chưa thuộc tam tự kinh
cha tôi đã để hình ông bàn thờ

*

cỗ quan tài tôi đã sờ
cùng ông biến hóa nấm mồ cỏ xanh
sau ngày chấm dứt chiến tranh
đổi huyệt ông chọn không đành phải theo

trong vài ba tuần bay vèo
cuộc đời đúng nghĩa bọt bèo phù du
ông không xuống tóc nhưng tu
thâm niên lập cõi âm u từ đường

nhớ ông, cha ngậm ngùi thương
càng nao nao thấm thía buồn riêng tôi
chỗ mình nằm khó có rồi
có đâu âm phủ trên trời mà mong.

+

CHỖ NGỒI ẤU THƠ

bức bình phong bằng gạch xây
nơi con ngồi vững mấy giây chụp hình
với ba là chỗ thân tình
một thời ba đã hết mình vui chơi

*

sớm mai, khi sắp tối trời
không bè bạn chẳng lẽ ngồi làm thinh
bức tường câm lặng vô tình
giúp ba có những thông minh bất ngờ

tường là ngựa, chạy có cờ
vượt rào nhà, vượt luôn bờ tre xanh
roi, cương vung tay tung hoành
y như Phù Đổng vụt nhanh lên trời

tường là một cái xe hơi
đóng cửa, nổ máy, chạy chơi vòng vòng
khuỳnh tay bẻ lái cong cong
cái còi bằng miệng ròng ròng oa oa

vui quên cả vết trầy da
lúc đầu lụp chụp lấy đà leo lên
vui quên lửng cả cái tên
mẹ gọi không được, đến bên giật mình...

*

ba mươi năm rồi, con xinh
lúc ba chín tuổi, bình minh cuộc đời
bây giờ con đã bốn mươi
lạ chưa ba ngỡ như hồi xa xưa

ngựa, xe giả đó như vừa
lên lời thỏ thẻ muốn thưa điều gì
chúng bị hóa vàng từ khi
đất nước thống nhất chờ quỷ bắc phương.
+

ghi chú:
trưởng nữ Lê Ngọc Hòa Bình, ngồi đúng vị trí ba cháu thường ngồi ngày xưa - bên phải một phần mặt tiền nhà; sau lưng cháu là tường rào quanh sân gạch, ngăn khu nhà nội của tác giả.

TAM CẤP NGÀY XƯA

Quốc Bảo từ từ bước lên tam cấp
cặp chân lên hai sắp sửa vào nhà
ông nội không về, theo ba con ghé
nguồn cội tổ tiên dâng tạ hương hoa

con bây-lớn đã chỉnh tề trang phục
áo trong quần cravate hẳn hoi
tay cầm gậy chỉ huy trông oai thật
có hippie không, tóc lấn vành tai?

ngày đầu năm cái gì trông cũng mới
riêng bậc thềm, ngưỡng cửa vẫn như xưa
trong trí nhớ chỗ ba ngồi hiện rõ
với con bù rầy, cái bánh ú, hạt dưa...

tiếc tấm ảnh không lấy xa chút nữa
cho ba nhìn dáng xối nhái thân cau
nằm áp sát vách tường và thẳng đứng
cùng tháng năm rêu bụi bám hoen màu

chính nơi đó trong những chiều mưa đổ
ba thường ngồi bụm nước tạt bạn chơi
nước mưa lạt chừng như không có muối
mà tình thân vẫn như sống muôn đời

cũng nơi đó có lần ba rắn mắt
thò tay vào lòng xối... để làm chi?
đã quên mất, nhưng nhớ hoài con rết
ướt tả tơi chưa kịp cắn ba, thì...

thời thơ ấu ba là thằng lụt lịt
nhưng hình như hoang nghịch trổ trời
không tự ra tay, thường hay xúi bẩy
chẳng phá ai chỉ làm hết hồn chơi

*

nhà, mặt trước ba cửa vào rộng rãi
cửa Bảo đi nằm bên phải, thường dùng
bên cánh trái cũng y chang như vậy
chỉ đổi chiều trong cái dáng hình cung

mỗi bên cửa dẫn vào phòng khách nhỏ
ba thường ngồi phòng bên phải nhiều hơn
phòng cánh trái cửa sổ không thường mở
nơi ba nằm queo trong những dịp lẫy hờn

cửa chính giữa dẫn vào phòng khách lớn
có hoành phi câu liễn đối bàn thờ
cửa thông ra véranda rộng thoáng
một sân chơi thu gọn của tuổi thơ

*

búng cao su, nhảy lò cò, múa kiếm...
bao nhiêu trò được thao diễn nơi đây
cũng là chỗ nằm ngả lưng hóng gió
ngó plafond xem tò vò bay

để vào nhà dùng hai bên tam cấp
có xây thành trông như bức bình phong
hồ cá lớn được đặt ngay trước đó
ba dùng thay xe, ngựa để tang bồng

gắng tỉ mỉ tả chân theo trí nhớ
ngôi nhà xưa làng cũ bị xóa rồi
một sân golf cho dân nhìn giảm đói
biết có vui hơn lam lũ cả đời.

+

CHIM CHỘT DỘT

hồ cau vài chục ngọn
tàu xanh oằn nắng trời
mỗi tàu treo lủng lẳng
một chiếc ổ tinh khôi

đàn Chột Dột đi đến
có con miệng tha mồi
có con mỏ phất phới
vài cọng rác lôi thôi

chiều chiều tôi cỡi ngựa
bằng tường rào gạch vôi
lắc lư nhìn Chột Dột
làm tổ thật tuyệt vời

*

từ một vài cọng cỏ
dần dần thành chỏm trên
rồi tượng hình chiếc võng
đu đưa thân chênh vênh

qua vài ngày đã thấy
trái tim người nhìn nghiêng
cái vòi dính phía dưới
là cửa tổ bình yên

cặp vợ chồng ức trắng
cánh nâu dáng thon thon
anh chồng trán vàng rực
cô vợ hơi nhỏ con

*

Chột Dột hót rất dở
đúng hơn là chúng kêu
với ngôn ngữ riêng biệt
chúng trò chuyện đều đều

không dễ nuôi Chột Dột
dù tôi thử nhiều lần
nuôi từ chưa mở mắt
vẫn không như ước mong

tôi không hề bắn chúng
luôn canh chừng trẻ làng
hồ cau đàn Chột Dột
giúp nhà tôi thêm sang.
+

KỶ NIỆM THỜI CHƠI NÁ

1.
lứa tuổi chúng tôi phần đông chơi ná
ná tự làm, ná được tặng, ná mua
ná hạnh phúc, ná giàu lẳn roi vọt
ná hữu duyên, ná như có vẽ bùa

muốn sở hữu cái ná thần đâu dễ
điều trước tiên phải có gọng thật ngon
găng và ổi hai loại cây thích hợp
có đủ độ bền, dẻo cứng, thon thon

một gọng đẹp phải vừa tay vừa mắt
tả hữu hai bên cân xứng đề huề
nhìn tổng thể ngọc ngà vun xuân nữ
một nửa chữ U một nửa chữ V

*

tôi lục soát đã vài mươi cây ổi
da bị gai găng trầy xước tứ tung
đã chọn lắm nhánh ba thật vừa ý
lén uốn thầm che, đợi, chặt về dùng

thời nắn uốn dài chừng mươi bữa
nhưng nôn nao xuống rựa sớm vài ngày
cành xanh tươi thường hơ sơ lửa bếp
cắt tỉa sạch bong rồi mới lên dây

đôi dây ná vốn từ săm xe đạp
đỏ hoặc đen khi chúng đã hồi hưu
cắt thật đều lớn hơn sợi mì Quảng
dài ngắn tùy nghi tầm tay mỗi người

một miếng da để bọc đưa viên sỏi
có hình ô-van bào mỏng mặt trong
chừa đuôi buộc dây bền hơn đục lỗ
dùng dây thun ráp nối lại là xong

2.
lần đầu tiên tôi giương cao ná bắn
nheo mắt đàng hoàng ngắm chú Chìa Vôi
nín thở kéo dây, bất thần buông đạn
nhắm kỹ vùng đầu sỏi xẹt lông đuôi

lần thứ hai... lần thứ năm... tương tự
con Bông-Lau, con Cà-Cưỡng vụt bay
có tiếng chạm nhẹ nhàng vu vơ trên lá
vài vệt như vôi vãi rất bầy hầy

lần thứ chín... lần thứ mười... sau đó
sỏi bay vèo rụng xuống xác con Cu
tôi chưng hửng đến gần như kinh ngạc
vui có vui nhưng thoáng chút ngậm ngùi

*

cũng từ đó tôi nổi danh thiện xạ
Bù-Chao-Lùm, Sáo-Sậu lẫn chim Gi
đã ngã xuống cho tôi thành vô địch
dù chẳng thi đua, chẳng giật giải gì

có một bữa tôi hạ nguyên một cặp
lượm lên xem đôi bạn vẫn tinh khôi
sỏi bắn ra không trúng vào đâu cả
chắc hoảng hồn chồng vợ ngã đủ đôi

tôi ủ lá cho chim nằm sát đất
một hồi lâu hai anh chị vụt bay
quá vui sướng như chính tôi thoát nạn
lòng lâng lâng xoải rộng cánh trên mây

*

muốn bẻ ná nhưng vườn đầy giọng hót
áy náy nhường chân háo thắng, tà ma
mãi đến hôm một đầu Chim-Hút-Mật
rơi lạc vào đâu giữa những hương hoa

tôi bỏ ná, bỏ một phần thơ dại
buồn bâng khuâng để được lớn hơn ra
đâu có biết sau này tôi cầm súng
cũng rất may chỉ làm dáng hơn là...
+

BÈ BẠN THỜI QUÊ NỘI

người chẳng phải vật dụng
hay là món đồ chơi
nhưng giá trị bậc nhất
thành kỷ vật cuộc đời

qua mắt nhìn thằng bé
vật dụng thường phồng to
có lẽ đúng như thế
không phải tôi bày trò

nhắc lại hơi chi tiết
người cùng vật một thời
không giúp ai hiểu biết
mong tốt trí nhớ tôi

*

nhà cha tôi khá lớn
kiên cố bằng béton
đêm đêm đám con nít
đến ngủ trốn canon

cha đang thời lo sợ
phe cũ là Việt Minh
phe mới đám mũi lõ
đành ẩn dật giữ mình

xuất thân trường dòng Huế
cha chuyện trò cùng Tây
mỗi lần lính đi ráp
đều dè dặt bắt tay

nhờ đó xin mở lớp
dạy học ngay tại gia
vỡ lòng đến lớp nhất
nhà rộn tiếng ê a

tôi thành ngay thủ lãnh
của cả đám nhi đồng
khi tập tò dạy lại
vốn chữ cái đọc trơn

không hẳn con điền chủ
nhưng như một phú ông
tài sản tôi hoa bướm
tình bạn, tình đồng môn

*

tôi nhớ anh Thoại móm [1]
ngủ thường hay đái dầm
nhớ anh Lữ, thằng Được,
thằng Triển, thằng Miên-lông...

cũng không quên con Thận
hai chị em Đỏ, Đen
nhan sắc gái lai Pháp
làm tôi thiếu thăng bằng

những đứa em chú bác
thân thiết làm cận thần
gồm những Diên, Chưởng, Cẩm...
thay vào chỗ em Hân

(em tôi còn ở núi
với má, chị Kiều Liên [2]
dù ham chơi tới mấy
tối nằm nhớ mẹ hiền)

*

thời này tôi đang học
Un, Deux... Tam Tự Kinh
phụ chấm bài, ra toán
rất ông thầy thông minh

uy tín càng thêm lớn
càng thêm nhiều đàn em
cung phụng chim cá-ruộng
đồ cúng giỗ ưu tiên

thì ra tôi thuở ấy
biết ăn hối lộ rồi
may chưa biết tham nhũng
hủ hóa chưa đến thời

bọn nhóc cũng thường rủ
đi đặt nơm thả lờ
đốn chuối kết bè nổi
vọc nước lụt tha hồ

nhiều thằng đã bộn tuổi
kể chuyện tục tiếu lâm
tôi ảnh hưởng chút ít
nên sinh ra hoang ngầm

thật tình thiếu cơ hội
rình dòm tắm giếng ao
những hớ hênh bến lội
đậm đà chất ca dao

*

nhìn chung tạm kết luận
bạn chơi tôi thời này
hoàn toàn rất con nít
với rất nhiều hay hay

bây giờ xa tất cả
đám bạn một chặng đời
rõ ràng tôi nhớ chúng
có thằng nào nhớ tôi?

điều quý là tôi biết
tha thiết tình con người
giúp mình không đơn độc
dù rất nghèo bạn chơi.
+

1. con người bác thúc bá của tôi, bác Hội Du, Việt Minh. Bác là người dẫn má tôi và em Hân về ngay sau ngày đình chiến. Thoại đã theo bác tập kết ra Bắc, học và tốt nghiệp ở Liên Xô. 30-4-75 về Đà Nẵng được vài tuần, anh bị tai nạn giao thông chết trên cầu Cẩm Lệ, tôi chưa kịp gặp lại. Lê Lữ là em của Thoại, làm phòng giáo dục của VNCH, có 3 trai cùng chị Châu, hình như 3 cháu đều là bác sĩ. Anh Lữ cũng đã qua đời.
2. tên khác của chị Kim Anh.

CÁI LỜ ĐỒNG XANH

trời mưa rả rích cả ngày
cá đồng lớn bộn hồm rày đó thôi
nhà Trung nhắc khéo nhà Bồi [1]
tôi nghe để bụng chờ thời làm theo

âm thầm khều nhẹ bụng heo
rủ cháu Thương cùng chạy vèo qua sông
đi vòng rìa chợ Miếu Bông
mua được một cái lờ, trông ngon lành

qua đám bã mía ruồi xanh
bay lên như thể đồng thanh chúc mừng
nghe trong bụng mùi thơm lừng
bờ mương cỏ lúa cọ lưng thầm thì

*

nước cạn Bến Lội, không đi
lên đò chị Bảy cấp kỳ về luôn
giấu lờ vào sát vách tường
kéo tàu cau đậy khiêm nhường lôi thôi

nhìn ngang ngó dọc một hồi
rình cha đọc sách mỏi người ngó lơ
nhanh chân đẩy cửa bước vào
giả vờ lấy vở ngồi gào liền hơi:

«un một... quatre bốn... dix mười...
soldat lính tráng mỉm cười sourire...»
dòm chừng chạng vạng, ra bìa
ruộng xanh ếch nhái ngoài kia mặn nồng

*

xách lờ giả bộ đi-đồng
men theo bờ ruộng vạch dòng nước thông
đặt lờ sát đất, khít hông
bứt cỏ đậy lại như không có gì

sớm mai sè sẹ ra đi
giở lờ... con cá-rô vi vảy xừng
không quen nắm, bị cá vùng
gai vi đâm nhói tưởng chừng lủng tay

cơn đau như thể gió bay
lòng vui xóa hết mấy giây trời trồng
ngày theo ngày lẻn ra đồng
thả lờ quanh quẩn đường vòng ruộng thơm

bữa hên lờ nặng vài con
hôm xui được mấy cọng rong đen sì
qua một đêm mưa rầm rì
nằm mừng nước lớn ít chi cũng là...

*

trời ơi sao lạ vậy cà
cái lờ ai đạp méo ra thế này?
nan tre mảnh khảnh như dây
bàn tay khéo léo uổng thay cái lờ

giận mình che giấu lơ mơ
để ra nông nỗi mất lờ, tức không
đứa nào dám giỡn mặt ông
chờ coi sẽ đạp hết không chừa gì

ý hùm gan sứa tí ti
thôi đành vuốt bụng quên đi cái lờ
nằm buồn một đống ngu ngơ
trăn qua trở lại từ giờ hết chơi

năm bảy con cá đổi đời
nhốt trong hồ gạch lần hồi chết queo
con nằm xác vướng chân bèo
con lơ lửng nổi như treo nỗi buồn

vớt ra, thương thật là thương
đem chôn xuống mé con mương sau hè
lờ tre ơi hỡi lờ tre
bén duyên chưa ấm trơ que lạt nằm

*

nặng lưng mang cõng tháng năm
nhiều khi nằm nhớ ruộng đồng quê xưa
nhiều đêm rả rích trời mưa
nhớ lờ như thể mới vừa hôm qua

cái lờ bắt cá đấy nha
không phải là cái ông cha thích dùng
nghe âm đừng vội hình dung
tôi không ẩn ý, chung chung chỉ là

vài giây nghĩ về quê cha
nhớ bốn năm sống sát da ruộng đồng
mươi câu vụn từ trong lòng
nở như bông súng trên dòng đò đưa

viết bao nhiêu cũng không vừa
nỗi buồn nỗi nhớ vãi bừa ra đây
mời người đồng cảm nhẹ tay
giở trang kỷ niệm gió bay cuối trời.
+

(1) Bối là tên có thật ngoài đời thường.

CÂU CÁ THỜI TRẺ CON

rút một nan vạt giường
ai bỏ ngoài bờ mương
tước nhỏ sợi dây chuối
một đầu cột con trùn
thả xuống nước chờ đợi
cá móng như xem thường
lão ngư ông con nít
mặt mũi chưa bất lương

bất chợt theo gió thổi
dây chuối hơi run run
con cá nào giỡn mặt
làm rung nan vạt giường
nhanh tay vội giật phắt
thân cá bằng ngón tay
tung lên rồi rơi tõm
xuống mặt nước biến ngay

ngồi câu từ xế chiều
mê miết sang chạng vạng
giật cá lên thật nhiều
con nào cũng chỉ hoảng
mồi không có lưỡi câu
chỉ con trùn oằn oại
chắc cá cũng ít đau
mất vía trong nháy mắt

gió hát bờ tre xanh
nước theo dòng thủy lợi
mây trắng lẫn trời xanh
chập chờn loang mặt nước
thòng chân đất lanh chanh
đưa qua rồi đưa lại
đám cỏ gà loanh quanh
chỗ ngồi như nệm mát

nước trong vắt trong veo
thấy rõ mặt đất thịt
không cá rô cá tràu
khá nhiều cá mại lội
thân chúng trắng như vôi
hụt hơi ngoi lên thở
hay biết khoái mây trời
tập búng mình vươn tới

*

không đá kiện, đá banh
không bắn bi, u mọi
tôi ngồi câu trời xanh
rớt một vùng dưới nước
cá ăn, dọa, giật chơi
không màng chuyện có được
tôi không câu chính tôi
mặc bóng nghiêng mặt nước

ước chi có vạt giường
hôm nay ngồi câu lại
giữa dòng chảy đời thường
tôi câu tôi giữ lại

không có bờ tre xanh
cũng không dòng thủy lợi
vẫn còn nguyên trời xanh
cùng tôi thơ dại mãi

hồi tưởng là trò chơi
mang lại niềm hạnh phúc
những ngày sắp cuối đời
nụ cười ít thành tiếng.
+

XEM TÁT ĐÌA [1]

cái đìa cạnh ruộng nhà Bồi
tròn to bằng cái mặt trời hoàng hôn
nước đục như vũng trâu đầm
nhánh cành lá rụng, chà ngâm nổi chìm

hòa tan nhiều loại phân chim
đầy vơi mưa nắng nằm thiêm thiếp buồn
ngày đêm cá móng luông tuồng
chứng minh sức sống từ bùn đất đen

năm thì mười họa ánh trăng
rớt nằm trầm mặc băn khoăn nhạt nhòa...

*

hôm nay nhà Bối giở chà (2)
mới vừa nửa buổi tiếng la tiếng cười
ngân vang sau mé nhà tôi
đánh thức ngay cái ham chơi thình lình
vơ cái áo treo cây đinh
vạch rào vườn, rúc ra nhìn xem chơi

ba bốn cha con nhà Bối
kéo lên cành nhánh đồ rơi kềnh càng
thằng Lo tát nước nhịp nhàng
em và mẹ nó tát càng nhanh hơn

ông Bối chậm chạp, ba lơn:
- nếu bắt "cá diếc" (3) làm ơn để dành

hình ảnh ẩn dụ tan nhanh
không ai cười cả ông thành vô duyên
xuôi tay lặng lẽ đứng yên
ngậm điếu Cẩm Lệ rít liền mươi hơi

*

nước đìa cạn sát đáy rồi
cá vùng cá vẫy cá trồi cá chun
xôn xao náo động đất bùn
tay mò đó úp như tuồng tranh nhau

cá rô, cá nhét, cá tràu,
cá trê, cá mại... nắm đầu giẫy đuôi
vu vơ bay mấy con ruồi
riêng con bói cá ngậm ngùi đứng trông

cá đìa xuất xứ cá đồng
ít khi có cá từ sông lạc vào
chẳng có con cá gáy nào
ví von cá-diếc-động-đào... ít thôi

*

không xin, cũng có phần tôi
hai con trâu với chín mười con rô
có cá, mặt vẫn ngu ngơ
tiếc không có chú cá rô-thia nào

mang cá về rộng [4] trong hồ
thả bèo Nhật Bản dạt dào niềm vui
cá không biết nói biết cười
nhưng chắc nghe rõ tiếng đời chung quanh

nuôi cá không phải để dành
mà nuôi làm kiểng trở thành thú chơi
mua không được cá mắt lồi
thôi đành ôm đám cá hôi mùi bùn

và tôi san sẻ tình thương
cho từng giống cá cội nguồn nông thôn
hít thở phấn bãi hương đồng
chỉ bốn năm đủ thành dân quê rồi

*

ở đâu, lặn lội đến đâu
tôi luôn nhớ mãi cái nôi quê nhà
cảm ơn chim cá lá hoa
thơ tôi nhờ đó đậm đà đơn sơ

đã lỡ thương rồi cái Lờ [5]
cái Nơm, cái Đó... dật dờ thương luôn
(đừng nghi thăm em tắm truồng
mà thương cái vị cái hương rơm bùn).

+

1. đìa = một trũng đất thấp chứa nước nuôi cá ở nông thôn
2. chà = cành cây thường là tre, thả nửa nổi nửa chìm dưới ao, mương, đìa
3. cá diếc = loại cá thân trắng, nông dân cho rằng giống bộ phận kín của phụ nữ, đối đầu với cá tràu tượng hình cho đàn ông.
4. rộng = động từ tiếng địa phương có nghĩa nuôi nhốt
5. lờ, nơm, đó = tên có thật những dụng cụ bắt cá tại nông thôn

CHÂN TÀU BAY,
TAY CỜ GÁNH

con gái thích chơi tàu-bay
còn ta cờ-gánh quen tay chơi hoài
nắng chiều ve vãn ngọn xoài
ủa không, ngọn mít đứng ngoài vuông sân

gió không biết ở xa, gần
về đây coi bộ mỏi chân muốn nằm
ta vừa thắng ván cờ xong
cháu Thương ghé nhắn: - vào ông gọi kìa!

- ông đâu có gọi con kia
chắc mi nhiều chuyện, còn khuya tau vào

*

chiều còn đến hơn cây sào
ếch nhái chưa dám thì thào yêu nhau
đàn chột-dột trên ngọn cau
vẫn còn đưa võng gọi nhau vang trời

chán chưa lại thằng nữa rồi
thằng Tín chẳng thể gánh đời bằng ta
sự thật không hề ba hoa
sấp ngửa cho lắm cũng là nắp ken

gánh qua gánh lại nhập nhằng
thằng búng tai mãi tội thằng bạn chơi
cháu Thương lại rủ nữa rồi
chơi tàu-bay thử một hồi, chả sao

*

trong khung vẽ chia nhiều ô
đầu tròn đuôi thẳng, nơi vào cuộc chơi
hòn mạng được ném lên đầu
chân co chân nhảy chậm mau lò cò

lên đầu rồi đứng so đo
xoay lưng lại ném mạng cho thành nhà
mạng rơi vào nhà người ta
nghĩa là bị đốt mất nhà... của ai?

cuộc chơi cứ thế kéo dài
làm nhà rồi đốt thử tài thấp cao
ta thành con gái lúc nào
cặp chân uyển chuyển lao chao giữa chiều

*

chạng vạng cùng gió hiu hiu
ghé vai nói nhỏ: nội yêu đang chờ
thương con cháu gái ngây thơ
thua rồi trổ quạu dật dờ ngậm câm

năm rồi năm lại theo năm
những trò chơi cũ vẫn nằm trong tim
tuổi già thường trực lim dim
mừng mình vẫn giữ y nguyên ngày nào

chín phần thực một chiêm bao
cho dù có chút tào lao cũng là
trái tim đã nở ra hoa
và ta vẫn nở ra ta hẳn hòi.

+

ĐỒNG BẠC GÁNH DƯA

quen mắt nhìn tín-phiếu
chợt gặp tiền-gánh-dưa
trầm trồ, mẹ lầm ý
cho một đồng, khoái chưa

đồng bạc thật xinh xắn
giấy đẹp ấm hơi tay
phảng phất trong cánh mũi
hương đời đượm tháng ngày

*

nặng hai đầu thúng lớn
mập ú những quả dưa
tiếng đòn gánh kĩu kịt
vang thầm giữa nắng trưa

có giọt mồ hôi rịn
trên da ngấm ân tình
của nước cùng của đất
trăn trở đời nhục vinh

đọc thấy dưới nón lá
niềm vui người nông dân
hạnh phúc từ sản phẩm
thành quả của phong trần

cảm biết được đôi mắt
người nữ lưu Á đông
giấc mơ thật thực tế
mái tình thơm má hồng

trên cùng một diện tích
ba dân tộc sống chung
chợt thoáng thấy hụt hẫng
thương chim nhốt trong lồng

*

một thời tôi rất khoái
tờ Giấy Một Đồng Vàng
bao nhiêu là kẹo kéo,
bánh tráng nướng, dưa gan.

tôi mê kẹo đậu phụng
chè đậu ván, bánh bò
một đồng vàng đã đủ
cho môi miệng thơm tho

từ ngày bỏ Tiên Phước
hồi cư về quê cha
tôi bỗng thích ăn vặt
ngày ngày chờ được quà

lâu lâu mẹ lại thưởng
mỗi tuần cha mỗi thuê
đấm lưng và bắt gió
xem ra đã lành nghề

tóc thơm còn chưa trổ
đã có khiếu tiêu tiền
tôi như cậu công tử
hình như khá có duyên

"tiền tài như phấn thổ"
bụi đất thật vô biên
miễn là luôn tâm niệm:
"nhân nghĩa tợ thiên kim".
+

CHƠI TRỐN TÌM

ban ngày u mọi đá banh
sụp mặt trời rủ loanh quanh trốn tìm
một đứa nhắm mắt đứng im
đếm to mươi tiếng thay kim đồng hồ

khi đã im lặng như tờ
bắt đầu tìm vội đứa nào ngu ngơ
lôi ra bắt thế thân vào
chỗ đứng tinh khiết ngây thơ nhất đời

có lần người kiếm là tôi
thấy em lụp chụp giấu người đống rơm
lòi hai ống quyển trắng thơm
tôi đứng ngó sững, em dòm đăm đăm

bỗng nhiên tôi cũng cùng nằm
phủ sơ rơm lại tuyệt không nói gì
em bảo nhỏ: trốn chỗ ni
hai đứa dễ lộ tức thì đó nghe!

em lãng hay có chi đè
quên tôi người kiếm khác phe với mình
làm thinh hai đứa làm thinh
nên nghe rất rõ nhịp tim lạ kỳ

chợt em nhớ trực chuyện gì
chui ra chạy ngỡ sút khuy áo rồi
tôi chưng hửng ngó bầu trời
thấy sao hai vị đổi ngôi bất ngờ

bây giờ xa lắc xa lơ
cái thời trốn kiếm ngây thơ nhẹ nhàng
em xưa còn mất, bình an?
dẫu còn cũng chẳng tàng tàng như tôi

nhớ gì toàn chuyện dở hơi
không hề ấm được góc đời phôi pha
thật đúng khi người ta già
người ta nhớ nhất tà ma chính mình
chẳng cần vận dụng thông minh.
+

LẦN ĐẦU THĂM NGŨ HÀNH SƠN

1.
nhà tôi và Non Nước
cách nhau mấy gang tay?
nếu có được đôi cánh
một cái vù đến ngay

làng tôi, làng Non Nước
cùng nhỏ như bàn tay
làm gì thời buổi ấy
có được hai sân bay

thôi quyết tâm đi bộ
dĩ nhiên với chân trần
cặp chân rửa mỗi tối
vẫn mốc thếch nổi vân

2.
hôm đó trời thật đẹp
hình như là ngày rằm
Non Nước thỉnh tượng Phật
mở lễ hội viếng thăm

ê a năm bảy chữ
tiếng Tàu rồi tiếng Tây
xong xuôi ra đá kiện
được tin vui trên đây

trước tiên tôi tập họp
chừng sáu đứa đàn em
và quyết định du ngoạn
cấp kỳ thực hiện liền

điểm xuất phát cố định
tất nhiên từ nhà tôi
hành lý thì tùy tiện
nải chuối hoặc dĩa xôi

cũng còn nhiều thứ khác:
kẹo đậu phụng, bánh khoanh
khoai lang, sắn, củ trút,
xoài, me, bưởi, ổi xanh...

dọc theo đường thủy lợi
chúng tôi đến dòng sông
mang tên như phái nữ
trong đục đủ đôi dòng

sông Cái thật quá lớn
vốn từ dòng Thu Bồn
nhưng bề thế hơn hẳn
lưu lượng cùng mênh mông

lòng ghe bầu khá rộng
nhốt đủ chúng tôi ngồi
còn thêm nhiều quang gánh
nhẹ nhàng theo mây trôi

3.
lên ghe là đạp đất
làng Mân Quang hai cha
buổi tối ông Việt Cộng
ban ngày ngài Quốc Gia

làng lụn tàn xơ xác
dù cây lá vẫn xanh
mìn bẫy chưa có mấy
thưa thớt những mái tranh

chúng tôi vẫn lội bộ
băng đồng nhảy qua mương
bùn đất dính mắt cá
thoang thoảng một mùi hương

những con chim quen mặt
con hót con kiếm mồi
tôi mê con chiền chiện
(chú sơn ca tuyệt vời!)

khi chạm được đường nhựa
đã hoang phế từ lâu
chúng tôi rẽ qua trái
chạy lúp xúp cho mau

4.
Non Nước gần trước mặt
chính là Ngũ Hành Sơn
năm cụm đá cao tuổi
lộng lẫy năm điểm son

nhảy lên từng tam cấp
chân mỏi lòng vẫn vui
theo lưng người tiến bước
trầm ngâm hơn vui cười

tôi nôn nao muốn tới
con đường dẫn lên trời
đến nơi rồi mới biết
Vân Thông Động thấp thôi

lạ thay khi chăm ngó
hình như càng thấy cao
cứ cao dần lên mãi
chẳng biết tới nơi nào

lội qua Tam Thai Tự
tưởng vào được cõi tiên
đã từng thấy trên giấy
sướng như mình hữu duyên

chuông mõ đi thoang thả
từng tiếng ngấm vào đâu
nhắm mắt bịt tai lại
nghe khoan sâu trong đầu

rồi qua Thiên Linh Động
gió trời ai nhốt đây?
tôi nghe từng sợi tóc
bỗng chốc cùng biết bay

loay hoay rồi cũng đến
Nham Linh Động, Huyền Không
xúc động cũng muốn xuống
thăm cho biết cõi âm

ơi con đường Âm Phủ
nhín ăn ném quả bòng
rơi vào đâu không biết
cũng chẳng dội trong lòng

bảy thằng đi quanh quẩn
hang này sang hang kia
mỗi hang mỗi vẻ đẹp
chấm phá như tranh Tàu

tôi khoái hai nhân vật
một "nhịn mặc mà ăn"
một "nhịn ăn để mặc"
coi bộ thật thăng bằng

tự nguyền lòng bắt chước
đầy đủ cả hai thần
không thiên về lạc thú
để thong dong cõi trần

đứng cúi đầu trước mộ
thân mẫu một đại thần
vang danh Trần Quang Diệu
lòng chợt thấy bâng khuâng

quỳ gối trên bệ đá
đền thờ bà Ngọc Lan
một công chúa thoát tục
đầu suy nghĩ lan man

rồi lặng nhìn vú đá
tay vua Minh Mạng đâu
cũng muốn sờ muốn bóp
may, trở lại ban đầu

ngó lên những nét khắc
chằng chịt cùng chữ ghi
đọc được, đọc không được
thật, cũng không hiểu gì

lắm bài thơ bát cú
ẩn hiện cùng rêu xanh
thỉnh thoảng dòng lục bát
treo vách đá như tranh

thơ phần nhiều khá... dở
lẫn chút ít ngây ngô
ấy là tôi nghĩ vậy
chứ chắc giá trị cao

tôi cũng muốn ký gởi
ít nhất là tên mình
lên thân xác của núi
nổi tiếng là hiển linh

Ngũ Hành Sơn năm ngọn
Thổ Hỏa Thủy Mộc Kim
với tư duy triết học
vũ trụ được làm nên

5.
chiều về thật thong thả
lững thững những hồi chuông
bảy đứa chưa mệt lả
giờ về sát cạnh sườn

ra đi thật hăm hở
trở về thấy đường xa
mỗi đứa góp mươi tiếng
nói cười thế nhưng mà...

Non Nước vẫn đứng đó
trên con đất Quảng Nam
mỗi ngày như nhỏ lại
nhưng lớn dần tiếng vang

6.
tôi xa lìa đất nước
đã lâu và khá xa
nhưng vẫn thường bắt gặp
Non Nước ở cạnh nhà

đọc Tường Linh để nhớ
đọc Thu Bồn để thương
đọc cả ngàn thi khúc
cũng không xóa buồn buồn

Ngũ Hành Sơn Non Nước
chẳng riêng của Quảng Nam
của những ai yêu quý
thiên nhiên của địa đàng

hôm nay vừa theo gót
cô Võ Thị Sông Hương
dạo bước cùng Non Nước
thấm ngọt tình quê hương

trực nhớ chàng Luân Hoán
thắc mắc "lòng đọng đâu?"
xin được phép mở gút:
đọng trong tình đấy thôi...
+

TẮM SÔNG TẬP THỂ

tám chín tuổi chưa ngại ngùng
con trai con gái tắm chung bình thường
đứa nào cũng thích trần truồng
tập bơi tập lặn sát sườn lưng nhau

chọn khúc sông không mấy sâu
vừa ngập lỗ rún khá giàu bèo rong
cây súng nhiều lúc trổ bông
vài con chim sẻ chơi ngông đậu vào

bọn tôi không được hồng hào
không chênh lệch mấy thấp cao chi nhiều
một ngày hai bận sáng chiều
rủ nhau ngâm cái mỹ miều xuống sông

không một lần mà mọi lần
tôi đều để ý tấm thân ngọc trời
thói quen con gái tuyệt vời
bụm kín khi mới thả rơi cánh quần

tiếp liền cho nước ôm lưng
mặt sông như tấm màn nhung phủ đều
đa phần bơi đứng ăn theo
luồng sóng đưa nước vèo vèo trôi đi

hụp xuống ngẩng lên tức thì
hai tay vuốt mặt chải mi chải mày
con trai chúng tôi loay hoay
chợt bơi chợt lặn sát ngay chân hồng

rồi các em bớt phân vân
bắt đầu bơi mặc kệ phần lộ ra
tôi không có tính ranh ma
nhưng mà mắt khó bỏ qua lần nào

thật tình đã biết chi mô
nhưng mà kỳ cục chống sào nhiều khi
không còn nhớ đã làm chi
mà rồi sau đó đứng đi bình thường

tắm sông tập thể luôn luôn
là trò chơi lớn dễ thương nhất thời
tôi còn ở quê nội tôi
tôi còn là đứa ham chơi đủ trò.
+

HẦM TRONG NHÀ

hầm nổi tránh đạn moọc-chê
dựng trong nhà bếp phần kề nhà ngang
những đêm trời thắp trăng vàng
chúng tôi trai gái sắp hàng ngủ luôn

hầm rộng tương đương cái chuồng
nhốt trâu nhai lại âm buồn cỏ cơm
nền hầm xi măng láng trơn
trải chiếu chữ thọ còn thơm cói nồng

tôi thường nằm sát miệng hầm
có khi lộn ngược chân thòng lối đi
năm ba đêm chẳng thấy chi
lên nhà trên ngủ... đôi khi hết hồn

hỏa châu được bắn từ đồn
Quá Giáng đánh thức cả thôn tiếng gà
giật mình hé cửa ngó ra
cây đựng gió động như ma dọa mình

tiếng moọc-chê bay thình lình
nhưng không gây hại lâu sinh ra lì
chẳng cần vô hầm làm chi
chúng tôi cứ ngủ li bì nhà trên

cái hầm từ đó trở nên
một phần trong cuộc chơi tìm trốn nhau
một hôm không biết từ đâu
có con rắn lửa ngóc đầu ngó ra

tuy không sợ nổi da gà
tôi vội chấm dứt chui ra chui vào
nhưng hôm con Đỏ đòi vô
tôi chun cùng nó nao nao lạ kỳ.
+

MỘT GÓC CÔ ĐƠN
BẤT NGỜ

nhà ngang một vách kín tường
một vách tường thấp gió luồn tự nhiên
phía tường thấp được dính liền
một sân gạch nhỏ cổng riêng ra vào

chuồng bồ câu xây khá cao
phía dưới ảng nước sát rào khuôn viên
liền ngay đó là mái hiên
nhà bếp rộng thoáng gắn liền vườn sau

nơi có vài cây mãng cầu
ổi và chuối mít chia nhau giữ nhà
ngày nào tôi cũng dạo ra
rình vành khuyên líu nhấn nha nhánh cành

con mèo tam thể tinh ranh
nằm im như đã biến thành lá khô
ra ngó quanh rồi đi vào
hai tay trống rỗng tỉnh khô buông dài

*

nhà ngang chẳng có bóng ai
những món vật dụng khoan thai yên nằm
cái cối xay lúa ngậm câm
cái cối giã gạo nâu bầm đứng trơ

thúng, nong, nia, rổ... khù khờ
bên cái chổi đót lơ mơ đã cùn
phủi sơ mặt ghế đẩu vuông
tôi ngồi đếm tiếng cu cườm xa xa

bực mình nghĩ mãi không ra
làm chi hết buổi trưa qua một mình
mẹ đang ngủ ở nhà trên
con Thương thằng Thiệu nằm bên cạnh bà

tự dưng tôi tưởng mình là
một món vật dụng phôi pha lâu ngày
thịt da đóng lớp bụi dày
tôi thành tĩnh vật phủ đầy cô đơn.

+

NHƯ LÀ MẠCH THƠ

võng treo một góc nhà ngang
mẹ nằm tắm ánh trăng vàng lim dim
mỏi mắt nhưng vẫn muốn xem
mấy cuốn sách mỏng lem nhem bụi vàng

Phạm-Công-Cúc-Hoa nhẹ nhàng
Lão-Trượng-Tiên-Bửu hoang hoang dạy đời
mẹ thường xìa kẹo thuê tôi
đọc truyện cổ tích êm xuôi văn vần

Kiếng-Tiên-Chàng-Nhái vân vân...
Thoại-Khanh-Châu-Tuấn đến dần Vân-Tiên
đọc hoài chính tôi cũng ghiền
cái điệu sáu tám bén duyên vào mình

Lý-Thông Thạch-Sanh Chằn-Tinh
bỗng quen như thể bạn mình thường chơi
giọng thơ tha thiết gọi mời
tôi theo đến tận chỗ ngồi thi ca

và dễ dàng theo ý cha
làm thơ lục bát tả xa kể gần
con mèo con chó trong sân
tả chân tỉ mỉ cân phân dạng hình

cha dạy phải thêm ý tình
cho câu chữ sống với mình thật lâu
mẹ là người có công đầu
phần cha vun quén công sau tôi thành

nhanh tay và mắt cũng nhanh
những nét cạn xợt hiền lành vu vơ
khi nào làm được nhà thơ
tôi xin cúng hết lòng vô ngôn từ.
+

LẦN ĐẦU GẶP LÍNH LÊ DƯƠNG

mới vừa sắm mũ ca lô
chưa kịp làm cháu cụ hồ đã dông
về "vùng bị chiếm" quê ông
lò dò thăm viếng lòng vòng xóm thôn

được vài hôm chợt hết hồn
tin tây đi ráp bồn chồn lo lo
lên giường đắp chiếu nằm co
cha la đừng ngủ giả đò chúng nghi

lồm cồm bò dậy tức thì
thằng tây to lớn đen sì ghé vô
dềnh dàng súng đạn ba lô
gặp cha lịch sự cười chào như thân

*

tôi trực nhìn thẳng ra sân
mấy thằng trắng bóc trân trân ngó vào
đứa nào cũng thật to cao
đẹp như ảnh chụp hôm nào đã xem

tôi nghe đồn chúng rất thèm
bắt gà bắt vịt nhốt bên túi quần
dù sợ vẫn lén dòm chừng
sáu túi quần chúng lùng bùng những chi

nhưng chắc chắn chẳng có gì
rục rịch cụ cựa giống y vịt gà
cũng nghe chúng khoái đàn bà
làng tôi con nít bà già hơi đông

*

mấy thằng đã đứng trong sân
bắt đầu chọn chỗ ngồi nằm tỉnh queo
có thằng nghịch với con mèo
có thằng cố gắng tập trèo cây cau

tôi nhanh chóng nghĩ trong đầu
chúng không hung dữ hơi đâu rập rình
nhưng tôi lánh mặt làm thinh
về sau cũng vậy chẳng linh động gì

*

tây ráp làng tôi định kỳ
nhà tôi thành chỗ chỉ huy chúng ngồi
không lục soát chẳng đánh hơi
an tâm nằm hưởng khí trời đồng quê

có hôm anh Sáu Cấn về
Tây qua không kịp chạy, leo mái nhà
một ngày phơi nắng rát da
ông Việt Minh ấy về già không vui

lính Tây dưới con mắt tôi
cũng chỉ là một con người như ta
có thể tôi chưa thấy ra
những khác biệt bởi chánh tà tùy nghi

sau này làm lính chánh quy
thấy mình giống giống chút gì lê dương
khác mặt trận khác chiến trường
bản chất súng đạn rõ buồn như nhau.
+

BUỔI CẤY

cong cong lưng đựng nắng trời
nghiêng nghiêng nón trắng nón cời giăng ngang
mạ non xanh ấm hai bàn
tay nắm tay cắm xuống làn nước nông
đất mềm mại mở tấm lòng
ôm chân mạ đứng thẳng dòng cân phân
bước lùi từng bước chân trần
gót lún mặt ruộng bón tâm tình người
dịu dàng những mẹ chị tôi
cấy vào đời hột ngọc trời ban cho

tôi trên bờ ruộng tò mò
nhìn cánh đồng thấy con cò trắng bay
bình tích nước chè nặng tay
chưa ai muốn uống tôi ngây ngô chờ
cái bát sành đưa ngu ngơ
trúng mấy ngọn cỏ phất phơ buồn buồn
may nhờ mấy con chuồn chuồn
giúp tôi qua buổi cấy dường như lâu

mạ non dại đang bắt đầu
sống đời cây lúa nhiệm mầu, còn tôi
trong lòng bất chợt vui vui
nhưng không rõ được là vui chuyện gì
gió vi vu gió thầm thì
chẳng nghe ai hát hò thi như là
chuyện kể những ngày xưa xa
dễ chừng lạc mất ông cha tôi rồi.
+

SÔNG MÂN QUANG

hết ngộ biển đến gặp sông
dòng nước dài rộng thong dong miệt mài
gió len lén nhẹ vỗ vai
tôi nghe thoảng tiếng thở dài không vui
hay tại lòng đọng ngậm ngùi
về người chị vượt biển khơi bỏ đời

nhấp nhổm tôi dưới cây ngồi
cha bảo đợi nắng xuống rồi, qua sông
e dè đảo mắt bông lông
hết bờ đến bụi hết sông tới bờ

quẩn quanh cảnh vật xác xơ
như có thần chết chực chờ bên hông
tôi nghe nỗi sợ trong lòng
lại nhìn sông nước xuôi dòng thản nhiên

chưa hiểu vô cực vô biên
lòng vô tư bỗng loạn thiên xà ngầu
nước từ đâu nước đến đâu
tôi chưa hề nghĩ ngày sau thế nào

nhưng mà thức vẫn chiêm bao
một cái chi đó nao nao trong lòng
biển cũng đầy nước như sông
chị tôi chết đuối vừa xong đấy mà

có chăng những con ma da
hà bá thủy quái hay là chi chi

*

cuối cùng tôi cũng lầm lì
cùng cha ngồi giữa ghe đi về làng
sông tự Cái, tên Mân Quang
qua sông sau ót tôi tràn gió reo

tôi nhìn trời mây chạy theo
thỉnh thoảng ngó nước trong veo sát người
chỉ cách mặt ván sần sùi
ẩm ướt đọng nước là tôi đã là...

rùng mình liếc ngó mặt cha
người trầm ngâm, hiểu không ra nghĩ gì
thằng tây nó giống cái chi
nghe đồn mũi lõ phương phi dềnh dàng

làng tôi không phải đất hoang
đêm Việt-Minh ngày Pháp sang canh chừng
tôi nhi đồng được ít tuần
cha tôi đồng chí lừng khừng trời ơi

*

lên bờ phủi áo xong xuôi
nhà ngói sân gạch đón tôi trở về
sau vài ngày tôi chỉnh tề
tìm ra sông Cái ngóng về bên kia

má, em Hân còn cách chia
nhìn sông nước mắt đầm đìa theo sông
chưa hiểu sông thích lưu vong
mà tôi biết khoái đi rông thật rồi...
+

SÔNG LIÊM LẠC HÒA ĐA

không có bên lở bên bồi
sông quê nội là chỗ ngồi ấu thơ
một dòng nước chảy rù rờ
giữa hai bờ cỏ thấp cao mượt mà

lùm có trái, bụi có hoa
rủ ong chen bướm lân la yêu đời
lục bình hoa súng ngậm hơi
gió lơi lả ngọn khẽ bơi hững hờ

đường làng sát bờ tre cao
tôi xuống bến lội, dật dờ lại thôi
trở lên đò tròng trành ngồi
rửa tay ngó nước thấy trời qua sông

bờ kia giáp chợ Miếu Bông
bờ này con đất đã trồng cha tôi
riêng tôi ấm gốc năm rồi
sau bảy năm bám mây trôi bềnh bồng

hương cau hương mít bơm phồng
phổi thanh xuân thở mặn nồng hương quê
sông làng, cánh cửa đi về
bà con hàng xóm tôi xê dịch đời

tôi còn có một thú vui
trốn mẹ-lớn để tập bơi mỗi ngày
lạ kỳ sức nặng cái thây
y như cục đá chìm ngay, lần đầu

bạn tôi, mấy thằng chăn trâu
mấy con giữ vịt thay nhau dắt dìu
tắm sông vào lúc xế chiều
hoặc chừng nửa-buổi hắt hiu nắng trời

quá nhiều kỷ niệm, nhưng thôi
nhớ gì nổi những con ruồi, cái chi
chỗ tắm bờ cỏ phẳng lì
gần bến đò chị tên gì, cũng quên

*

trôi nổi chưa đủ lênh đênh
giang hồ thiếu chất bấp bênh cũng là
ngao du gần suốt đời qua
mang bao nhiêu cái nóc gia trong lòng

xa quê nhớ nhất dòng sông
nơi vui nhất cuộc đi rông mỗi ngày
tuổi thơ, rộng nhiều như mây
chưa chắc chép đủ mươi ngày lang thang

dòng sông đại diện cho làng
cây đa chùa miếu am hoang mả mồ
hồn người khuất mặt hư vô
theo tôi tám hướng trời cao đất dày

nhớ nhà không nhớ từng ngày
và mỗi lần nhớ mươi giây đã là
đi cùng tận nỗi bao la
trong cõi tranh sống người ta theo đời

sông quê nội tôi cạn rồi
dinh ngơi nhà cũ bị thời phá tan
lòng tôi dày nỗi bàng hoàng
mỗi khi nhớ lại hết ham trở về

yêu nước từ nỗi nhớ quê
gần như căn bản chưa hề đổi thay
vì tôi nhỏ mọn đắng cay?
nước nhà trên những ngón tay chân mà

trăm lần nhủ lòng bỏ qua
dòng sông thơ ấu trên da thịt mình
từ nay cố gắng làm thinh
để trái tim tiếp lộ trình bình an...
+

SÔNG CẨM LỆ
VÀ HAI CÂY CẦU NĂM 1952

sông Cẩm Lệ có hai cầu
dòng nước có lẽ một màu như nhau
(có lẽ bởi vì... biết đâu
nắng soi chỗ cạn nơi sâu thay màu)
sông là họa phẩm sống lâu
đã nhiều người vẽ khác nhau ít nhiều
nằm im như ngủ thiu thiu
nhưng riêng Cẩm Lệ dòng dìu dặt mau
không biết xuất xứ từ đâu
không đi điền dã còn lâu mới tường
chỉ lượm đôi cái dễ thương
của tôi dính với góc đường sông đi

*

đọc sách thấy cũng ly kỳ
Cẩm Lệ, Phong Lệ có chi dính chùm?
Cẩm Lệ chia đất hai vùng
Phong Lệ Bắc với đồi cùng núi xanh
Phong Lệ Nam trũng, trở thành
ruộng lúa hoa trái bọc quanh phố phường
dẫu phố chỉ một vài đường
cũng đầy đủ chất bán buôn cầu tài
"giọt nước mắt đẹp" chia hai
Phong thay Cẩm để gió hoài lang thang

*

tôi chân đất, đạp nắng vàng
qua cầu Cẩm Lệ hoang mang ngại ngùng
quần mặc hết cột dây lưng
dây thun dễ kéo ngập ngừng bước chân
tám tuổi đầu, sợ, ngó chừng
thằng tây "lắp đít", hãi hùng, vẫn đi

*

cầu xi măng đẹp cách gì
lòng hẹp, vài khúc mập phì, phình ra
(chỗ tránh hai chiều xe qua)
tôi dừng vài phút nhẩn nha cúi nhìn
nước sông chảy trong im lìm
an bình như nhịp trái tim hiền hòa
nhưng nếu rủi rớt xuống là...
lỗi tôi gây tội bà hà bá mô?
mềm như lụa chẳng hiểu sao
rớt vào phần lớn đến chào cõi ma

*

tôi có ông chú dựng nhà
mở tiệm may sống tà tà ở đây
một ông chú khác thơm tay
chủ vài lò gạch thầu xây cất nhà
tạo dịp cho tôi vào ra
thăm viếng Cẩm Lệ ngắm xa nhìn gần
nhưng kỷ niệm đậm bản thân
lại sát cầu Đỏ nhiều hơn bên này
(cầu Đỏ sơn đen mới hay
ở đây cũng có bóng Tây đàng hoàng)

*

từ chợ Miếu Bông nối sang
đoạn này anh rể tôi làm cai xây
tôi lên xe sạn cát đầy
theo chơi hưởng gió mát bay đôi lần
đường xong, xe chạy vài năm
khi ở Đà Nẵng về thăm trở về
xe đò Đồng Hới rề rề
chỏng gọng xuống ruộng gần kề cầu đen
tay bịt máu đầu tôi lăn
khỏi xác xe dính sát mặt bằng sông
may trong rủi tuổi con rồng
giúp chân nhúng ướt nước sông, vẫn còn...

*

sông Cẩm Lệ vẫn bon bon
mênh mông dòng chảy lòng trong veo tình
tôi mơ theo mây thình lình
về ngang đứng lại soi mình vớt thơ.
+

HƯƠNG CAU TRƯỚC SÂN

thỉnh thoảng tôi bắt bù rầy
sớm mai sương ướt lá cây bụi bờ
cầm một chặp rồi đặt vào
bụi duối chưa thức, còn mơ không chừng

tôi không cột chỉ quanh lưng
rồi treo nó lung tung bay vòng
trò chơi của đám trẻ con
nhiều món không hợp tâm hồn của tôi

*

một hôm mới sáng đã ngồi
đầu tường rào đợi mặt trời hay chăng?
bụng buồn nhớ má băn khoăn
thương Hân dang nắng chắc đen lắm rồi

vẩn vơ hít sâu vài hơi
lâng lâng khoan khoái vui vui bất ngờ
mùi thơm gì mới bay vào
mũi tôi dính lại mơ hồ bụi hoa

đầu sân, hương bông trang già?
tôi nghi nhưng chẳng phải là nơi đây
mùi thơm mỗi lúc một đầy
từ hồ cau tỏa bao vây cả vùng

*

ngước nhìn thấy lạ mắt cùng
nửa số cau hẹn nhau cùng trổ hoa
mỗi cây như nứt bẹ ra
bàn tay trăm ngón trắng ngà xòe hương

không đẹp nhưng quá dễ thương
hài hòa nghệ thuật nét đường tinh khôi
hương cau tôi nhận ra rồi
không thể sờ chỉ nhìn thôi, rùng mình

hồ cau thường đọng bình minh
tình cờ được gặp hoa rung rinh cười
không qua gió mà qua mùi
qua tôi chợt cảm tưởng người cao lên...
+

MỘT THỜI GIỮ ẤM KHÓI THỜ

mỗi chạng vạng tôi thắp hương
vinh dự bổn phận bình thường con trai
cõi khói hương thờ những ai
bát nhang thứ tự sắp hai hàng dài

ngọn đèn dầu hỏa khó soi
màu vuông khăn đỏ phủ ngoài giá gương
tôi vặn sáng hơn bình thường
năm ngọn thẳng thớm đốt luôn một lần

chừng ba bốn bận là xong
tôi đứng trên ghế thắp trong ra ngoài
mùi thơm khói tỏa khoan thai
không gian đặc quánh liêu trai lừng khừng

có một điều khá lạ lùng
tôi không mấy sợ quỷ cùng khói bay
nhưng thường bủn rủn chân tay
khi quay lưng rời nơi này đi ra

lần nào cũng cảm thấy ma
thở ngay sau gáy da gà nổi lên

*

bàn thờ nhà tôi, khó quên
giản dị xây trũng hai bên vách tường
mặt sau nằm sâu trong buồng
âm u mát lạnh thường thường tối thui

vách lưng cũng quét nước vôi
đồng màu điệp với khắp nơi trong nhà
lâu lâu tháo bớt gạch ra
hiện ngay cửa miệng rúc ra chui vào

ruột bàn thờ thành cái bồ
chứa gạo dự trữ, Tây chào thua luôn?

với trò qua mặt tầm thường
Tây không để ý vì thương không chừng
toán chỉ huy quen ngả lưng
véranda mát nhớ nhung quê nhà

Tây hiếp dâm Tây bắt gà
tôi chưa chính mắt thấy qua bao giờ
chính quyền bảo hộ ra sao
thực dân chắc vậy, tin vào sử xanh.
+

CHÂU CHẤU CÀO CÀO

với tôi châu chấu cào cào
chưa phải là bạn tâm giao nhưng mà
bạn chơi không hề qua loa
xếp ngang vai với cỏ hoa bụi bờ

anh chị châu chấu cào cào
vốn là hương vị ca dao thôn làng
tôi thời trẻ dại lang thang
bờ sông bờ ruộng bãi hoang cổng đình

nơi đâu cũng rất nhiệt tình
cào cào châu chấu khoe mình đón tôi
tôi sè sẽ bắt cầm chơi
xem chân ngắm cánh chán rồi thả bay

*

cào cào đầu nhọn râu dày
châu chấu râu mảnh đầu đầy đặn hơn
nhận xét học lóm ba lơn
chắc là trật lất hết trơn bạn à

thổ địa chưa chắc đoán ra
cào cào châu chấu khác xa hay gần
phân loại với tôi không cần
dù xanh lá mạ nâu bầm chả sao

tôi khoái châu chấu cào cào
vì chúng bò, nhảy, bay cao ngon lành
tuổi thơ nơi chốn đồng xanh
nếu không bọn chúng dễ thành vô duyên.
+

CHIM VƯỜN NHÀ

trước sân hồ cau lớn
trong sân bụi bông trang
Chim-Sâu chim Chột-Dột
định cư thật đàng hoàng

thì thầm giọng Chim-Sẻ
trên vồng ngói âm dương
hòa cùng tiếng Chất-Quạch
giọng Chìa-Vôi sau vườn

tre xanh ôm đầu ngõ
oằn trên nhánh măng-dòi
con Chèo-Bẻo đơn độc
lặng lẽ mắt săm soi

bên góc trái sân gạch
cây mít nghệ mướt xanh
vắt vẻo cặp Đội-Mũ
rỉa lông thật an lành

cánh đồng xanh trước cổng
thơ thẩn cánh Cò bay
rời rạc giọng Cuốc-Cuốc
theo sóng lúa lan đầy

bốn năm tôi ở đấy
làng quê nội Hòa Đa
với cả đám chim nhỏ
thân thiết như chung nhà

đã lắm khi vơ vẩn
ước mình được làm chim
nhưng rồi lại lẩn thẩn
tội chi không là mình

chim chỉ bay chỉ hót
mình biết nói biết đi
hơn chim được biết khóc
chim hơn mình những gì?
+

COI GẶT

ruộng nhà tọa lạc xa xa
tuốt luốt dưới nổng hướng qua mộ làng
đang gần như là cõi hoang
ẩn hiện du kích miễu am bàn thờ

cũng là hướng xuống vạt thơ
bao la sông Cái dạt dào nguồn trôi
vì nhà tôi không có người
chuyên lo canh tác vài đời nên thuê

tá điền làm rẽ ăn chia
không rõ tỉ lệ nong nia thế nào
cha còn không biết ra sao
con đâu thể hiểu thấp cao sự tình

mùa cày mùa cấy lộn thin
tôi không hề biết quy trình mảy may
không làm ruộng, không trâu cày
gia súc gà với chuồng đầy bồ câu

tôi về, chuồng bỏ trống lâu
se sẻ cả đống rủ nhau ra vào
mà thôi, kể chuyện tào lao
trở lại coi gặt (thế nào đây ta?)

*

Tảng sáng theo mẹ-lớn ra
đồng xanh thợ gặt hơn ba bốn người
nhưng mà khá đông tiếng cười
người đi mót lúa thảnh thơi an nhàn

thấy tôi vài người chơi sang
cho xâu châu chấu đủ càng đủ râu
dặn nhỏ đừng nướng quá lâu
dựa vào thơm khét khác nhau để lường

tôi thương bươm bướm chuồn chuồn
khó có chuyện nướng bạn đường mà ăn
với tôi rắn mối thằn lằn
đã từng là bạn thân quen nữa mà

những người mót lúa tà tà
theo sau thợ gặt nhẩn nha nhẹ nhàng
ít oi nhánh lúa chín vàng
dần dà cũng lộ dung nhan khiêm nhường

thợ gặt cũng giấu lúa luôn
tôi thấy tôi biết nhưng thường giả lơ
hụt đi chút ít chả sao
công người của đất trời cao cho mà

*

coi gặt tôi thường lân la
nhìn bó lạt, ngó sơ qua cái liềm
lắng tai nghe những tiếng chim
chiền chiện xoáy rộng giữa miền mênh mông

dang chân tay đứng tồng ngồng
giả bù nhìn giữa cánh đồng nắng thơm
ngỡ mình đã hết bé con
vui vui đếm gánh lúc còn bờ xanh

coi gặt tôi ăn ngon lành
những bánh-bèo-chén mỡ hành thơm thơm
lòng vui nên miệng rất ngon
nuốt luôn tất cả vàng son một thời

bây giờ hiện vật mất rồi
nhưng trong tôi vẫn còn chồi nhớ nhung
mẹ già ruộng đất theo cùng
tiếng chim chiền chiện não nùng đang vang.

+

QUA CHỢ MIẾU BÔNG

chợ đông ngày một buổi
từ tinh mơ đến trưa
đông vui trong phồn thịnh
suốt bốn mùa nắng mưa

tọa lạc sát quốc lộ
nên có bến xe đò
hàng hóa người lên xuống
ruồi nhặng bay vo vo

thường theo anh Lê Lữ
hay thằng em Lê Tiên
tôi qua chợ hít thở
hương người tụ nhiều miền

mẹ Tiên và mẹ Lữ
đều có sạp bán hàng
bà thím lẫn bà bác
tương đối sống thanh nhàn

*

qua chợ tôi khoái nhất
lội dọc cùng dạo ngang
khu áo quần kẹo bánh
sạch sẽ ngay thẳng hàng

khu bán thịt bán cá
hăng hắc bốc mùi riêng
giọng cười tiếng cãi vả
tiếp nối nhau triền miên
tiếng vịt trói nằm ngửa
giọng gà trói nằm nghiêng
một hòa âm độc đáo
giàu nghệ thuật hồn nhiên

tôi thấy vài con bé
chắc cũng bằng tuổi tôi
tôi ngó sơ chúng háy
làm mất tiêu nụ cười

*

tôi men ra gần lộ
ngó về hướng phố Hàn
nhớ cầu đen tên Đỏ
nắng nhuộm nước màu vàng

nhìn hướng đồn Quá Giáng
thấy lô cốt lùn lùn
bụi bay theo xe chạy
mây rớt xuống cuối đường

một cái xe jeep nhỏ
trống hốc trơ nền trần
bốn thằng lính mũi lõ
mập ú phơi tay chân

tôi mơ được như chúng
có súng ống xe hơi
cực ở đâu không biết
ở đây như ông trời

*

Miếu Bông có quản Chiếu
tàn ác đã thành danh
cũng may đã bị giết
thực hư tôi không rành

chợ ồn như... cái chợ
nhưng buổi chiều vắng tanh
tiếng ruồi bay nghe rõ
trong không gian tanh tanh

sau mỗi lần qua chợ
tôi trở về bằng đò
rửa tay giữa dòng nước
bụng không đói không no.
+

BỐI CẢNH

ngoài con bé tên Đỏ
ở miệt chợ Miếu Bông
làng tôi không hề có
con bé nào ra hồn

có lẽ lý do đó
tôi yên phận trẻ con
chơi đánh tảng đánh đáo
chơi bắn bi đá lon

nhưng thú thiệt cũng có
chớp nhoáng nghĩ bá vơ
khi mé sông cùng tắm
con bé che hững hờ

về ngoại cảnh gà chó
chộ hoài thành bình thường
từng vô tư cổ võ
không gợn gì bất lương

dân làng không ai biết
những mẩu chuyện tiếu lâm
hoặc có, tôi không rõ
tai chưa nghe bao đồng

chuyện trai trên gái dưới
làng tôi không tiếng tăm
xứng danh Liêm nên Lạc
đời canh tác nông dân.
+

HÀM TIẾU

gởi Đỏ lai, Chợ Miếu Bông

em ra đời làm người dân kẻ chợ
nhà ở gần nơi buôn bán miền quê
chợ mỗi ngày chỉ đông trong một buổi
sát đường xe mang cát bụi qua về

khi gặp nhau em độ chừng lên 8
tôi chớm 10 rất đỗi ngô nghê
em quá đẹp bởi vì em lai Pháp
tôi từ rừng về làm cậu nhà quê

chuyện gặp gỡ khởi từ lòng hiếu học
bà me tây thương quốc ngữ, ưu tiên
gởi em đến lớp ba tôi mở tạm
và tôi thành một cậu... giáo viên!

cậu bé ấy đang ê a Pháp ngữ
vocabulaire nhiều hơn grammaire
em nghe đọc bụm miệng cười nhè nhẹ
nguýt liếc tôi chừng khuyến khích, răn đe

tôi phóng chữ tập em đồ từng nét
rồi nhân chia trừ cộng truyền nghề luôn
năm ngón tay gập xuống hai, còn mấy?
chẳng còn ba mà còn cái dễ thương

cứ như vậy ta gần nhau từng bữa
gọi và xưng đều nói trổng cái tên
trời mùa nắng đường khô không lầy lội
em đến, về tôi cắc cớ theo bên

nhà em cách nhà tôi con sông nhỏ
có đò đưa bên hoa súng bèo trôi
ngồi trên đò tôi run hơn em nữa
bởi "có noi" không được phép tập bơi

đưa em về thường đến đầu mái chợ
em theo đường quốc lộ chạy một hơi
tôi dõi ngó không cười, vui trong bụng
quay trở lại đò ngồi lẳng lặng bặm môi

một bữa nọ trời mưa chiều dai quá
sông nước đầy đò con Chín không đưa
bất đắc dĩ em sụt sùi ở lại
ngủ xa nhà nên đâu kịp trình thưa

nhà ba tôi cũng có phần bề thế
nền xi-măng láng bóng mát vô cùng
trải chiếu cói tôi cùng em nằm ngủ
gió bên ngoài thong thả hát như ru

chẳng nhớ nửa khuya hay mấy giờ đâu biết
tôi giật mình thức giấc, nặng bên hông
em thoải mái gác chân trên đầu gối
hương chi thơm theo hơi thở bềnh bồng

tôi mỏi đớ, nắm chân em lưỡng lự
tay vụng về tinh nghịch úp lung tung
em u ớ nói gì như đang mớ
tôi khi không nghe nhịp máu lạ lùng

từ phút đó nằm thức hoài đến sáng
tưởng tượng ra nhiều chuyện chẳng đầu đuôi
da em ấm tôi hít hà ngộp thở
nghe nhiều nơi rất khác lạ trên người

sau đêm ấy em vẫn còn qua học
cười nói nhiều hơn, tinh nghịch gia tăng
một vài lúc em cả gan ngắt véo
da ông thầy đỏ lửng vết hằn

tôi trở chứng, lầm lì ra, lạ thật
đêm theo đêm thường thảng thốt giật mình
hông với đùi không còn chân ai gác
vướng cái gì thấy xốn xáng linh tinh

thật bất ngờ lớp nhà tôi đóng cửa
hai cha con vội vã dọn ra Hàn
ba bí mật, tôi không hay để nói
với... người dưng về chuyện sang trang

khỏi phải nói tôi buồn ghê gớm lắm
hơn mười năm mới về vội thăm làng
chợ vẫn đó nhưng nhà em chủ khác
không nhói lòng chỉ thoáng chút hoang mang.
+

(bài đã chọn in trong thi phẩm Thơ Thơm Từ Gốc Rễ Tình)

QUÀ VẶT

mỗi ngày mẹ đi chợ
mua cho tôi món ăn
chẳng ngày nào không có
trở thành một thói quen

mẹ bảo vừa đến chợ
phải lo mua trước tiên
đỡ phải quay trở lại
thiếu quà, lòng không yên

mẹ mới ra khỏi cửa
con như đã đợi rồi
học bài hay chạy nhảy
cũng chứng chuyện vậy thôi

hôm qua gói kẹo-ú
hôm nay phong bánh in
mẹ luôn thay đổi món
chọn những thứ tôi ghiền

tỉ như kẹo đậu phụng
hay bánh ít lá gai
giống cha tôi khoái ngọt
đường bát chặt cục nhai

hạnh phúc ngày thơ ấu
không còn đọng trong răng
nhưng mùi vị sung sướng
vẫn ấm ấm trong lòng

người mẹ tôi đang nhớ
chính là mẹ lớn tôi
không cần nói chi khác
xin tạ ơn cuộc đời.
+

CÂY DA LÀNG TÔI

cây da không phải cây đa
làng tôi gọi vậy, chắc là giống nhau
đã dê (d) còn đê (đ) thật rầu
chữ nghĩa tuyệt hảo chớ đâu rườm rà

làng tôi có một cây da
giống ông nhạc sĩ hát ra nhánh cành
cây da làng tôi ngon lành
lá dày cành vững xòe quanh vòng tròn

khó có làng nào lấn hơn
phương phi cao tuổi xanh rờn trẻ trung
cây dù che nắng một vùng
đậy mưa cản gió... chưa từng thấy qua

là sân khấu mọi tiếng ca
chích-chòe chất-quạch sơn-ca chào-mào
cà-cưỡng sáo-sậu bù-chao...
vui cánh cũng ghé chân vào nghỉ ngơi

cõi trầm mặc nối đất trời
bình-vôi ông-táo đến thời hồi hưu
chen nhau nghiêm túc nằm ngồi
đôi khi ngủ gục thảnh thơi thở dài

*

tôi đương nhiên đến đây hoài
nhìn chim đạp mái ca bài thương yêu
là tay sát điểu rất siêu
đến đây giấu ná dẹp chiêu anh hùng

tôi luôn nhớ ở trong quần
có con chim cũng lẫy lừng đang nuôi
cõi thần cõi thánh cõi người
cây da có đủ, làng tôi nể vì

tám, chín tuổi chớ ít gì
Cây Sanh, Cây Cóc, Cây... chi, Quán Rường?
tôi từng thấy, đều bình thường
làm sao sánh được phi thường Da tôi

cho dù lớn hơn gấp đôi
đẹp hơn ba bốn càng vui kia mà
bởi cùng trong một quốc gia
chỗ nào đẹp nhất cũng là nước tôi

cây đa cây da mọi nơi
như là nền tảng chỗ ngồi tổ tiên
sống lâu lên chức tiền hiền
tôi sau này chắc có duyên cũng là

không xác thì hồn la cà
nhánh cành đến rễ gốc da trù trì
ngày ngày sẽ viết thánh thi
đêm đêm vẫn đợi xuân thì em thăm

sống hoài không cần tính năm
đếm ngày kể tháng thăng trầm vu vơ
chỉ còn thơ tiếp nối thơ
như tình nối với tình vào sinh con

chỉ vậy thôi đời vuông tròn
đất trời vạn vật sinh tồn sinh sôi.
+

ĐÌNH LÀNG TÔI

1.
miếu thì tôi chưa vào
nhưng đình tôi đã ở
(đình trên đồi núi cao)
vài ngày khi trốn đạn

đâu có lâu lắc chi
vài ba năm chớ mấy
nên nhớ chút ít gì
những hình tượng đã thấy

*

đình làng Liêm Lạc tôi
thời này u trầm quá
chừng đã thiếu hẳn hơi
khói hương từ lâu lắm

kiến trúc khá tuyệt vời
cũng âm dương ngói chống
mưa nắng đến từ trời
tháng năm đọng dồn đống

khuôn viên đình âm u
cây um tùm lớn nhỏ
tịch mịch hơn cõi tu
ngay trên đầu ngọn cỏ

tôi qua đây mỗi ngày
bởi khá gần nhà ở
thật tình nói thẳng ngay
ít dám vào xớ rớ

nhưng nguệch ngoạc vẽ rồi
tên tôi trên tường mốc
vết than đè màu vôi
to sầm một chữ Huỳnh

2.
tôi không quá dị đoan
quỷ thần không tin có
nhưng ma gặp nhiều lần
thật rành rành không xạo

tín ngưỡng Việt Nam ta
khá nhiều nơi thờ tự
(theo đẳng cấp thật à?
chừng cũng phân biệt dữ)

Đình, Chùa, Đền, Miếu, Am
có cả những Phủ, Điện
bề thế nghe phát ham
ước ở sau vĩnh viễn

Chùa của Phật hẳn rồi
Đình các Thành hoàng ở
Đền, Miếu thánh thần ngồi
tôi mong Am nho nhỏ

nói giỡn giỡn nhưng rồi
đời mà, biết đâu đấy
tôi hiền hậu quá trời
thôi, đến đâu hay đấy

3.
trở lại Đình làng tôi
nghe nói vừa dựng lại
"hoành tráng" hơn nhiều rồi
mừng chia vui Liêm Lạc

tôi được nhận con dân
bằng tấm lòng thương tưởng
hay chỉ là viển vông
cô đơn tôi tưởng tượng

dù sao, vâng dù sao
tôi nhớ hoài Liêm Lạc
không những giữ trong thơ
mà trong hồn mãi mãi.
+

HÔM CHIA TAY QUÊ NỘI

thòng tay bụm nhúm nước trong
sông không phải lạch, nhưng không đủ tầm
ngoài lòng lóng lánh sạch trong
và đủ đuối nước theo dòng thủy du

sáng hôm đó không sương mù
những cánh hoa súng vô tư ngóng trời
mây không đứng cũng không trôi
có chút rục rịch nín hơi cười chào

khỏa tay theo sóng dầm chao
tôi nghe rõ chút nao nao trong lòng
vui mình đang được phiêu bồng
có chi vướng vướng lòng thòng hoang mang

*

đang trên đường ra thăm Hàn
mười ngày, nửa tháng lang thang rồi về?
như những lần trước – không hề
nghi sẽ xa quê lâu dài

dù vậy cũng đựng trong tai
những tiếng chim hót lai rai quanh bờ
cỏ triền sông mượt như tơ
tôi từng vớ vẩn tay rờ vọc chơi

chứa trong lòng cả tiếng cười
lũy tre cây mít gió vui cợt đùa
ổ chân trâu đọng nước mưa
chỗ lài nơi thẳng đường đưa chân mình

nghèo nàn, chừng nấy linh tinh
ngày tôi lặng lẽ nhạt tình với quê
ba năm hơn nặng (không nể)
kỷ niệm tôi với cõi quê nội mình

đời không "nổi đám nổi đình"
"lên voi xuống chó" nhưng mình có khôn
ngoài khôn liền, đúng khôn hơn...
thôi ngưng, mượn chữ cảm ơn thay lời

*

chẳng còn chi chút ít tôi
đó là chuyện của đất trời, không sao
riêng tôi biết chẳng khi nào
nhạt phai thương nhớ cõi bao bọc mình

Hòa Đa Liêm Lạc đổi tên
Hòa Xuân? Hòa với chữ kèm nào xa?
đã mất ruộng vườn nóc gia
nhưng đâu thể mất hồn ma tiền hiền

chút tình này dẫu tịch biên
đã viết ra được, thấy yên lòng rồi
cuối đời được nhớ khơi khơi
xuôi tay không thẹn làm người thường dân.
+

Phần 5:

Tháng Ngày Trên Đất Tourane Sông Hàn

NHỮNG NĂM ĐẦU VỚI ĐẤT SÔNG HÀN

(hồi ký thơ, tặng các em Lê Tiên, Lê văn Ánh)

nhập cư vào xã Phước Ninh
sát rìa nghĩa địa u minh hiên người
hồn, thân chung đụng giọng cười
tiếng la câu chửi ngược xuôi bềnh bồng
lần đầu đời, thấy chùm bông
thơm trên thánh-địa đàn ông tôn thờ
cũng lần đầu được nằm mơ
thấy con cu-đất phất phơ đứng gù

cõng đồ qua ngụ xóm tu
mõ chuông Tỉnh Hội hồ như vây rào
ra đường đụng tiếng nam mô
lên giường đắp chiếu nghe Bồ Tát kêu
trong đầu, trong bụng: trong veo
tóc-đen-sợi-quắn bay vèo đã xa
tò mò, quen thói lân la
xem tướng chư Phật trên tòa sen chơi
mấy ngài tuy có khác tôi
nhưng chắc có chỗ giống y tôi là

bỗng dời ra tuốt xóm Ga
sờ thăm đường sắt thử xa cỡ nào
chân trời trong giấc chiêm bao
phủi tay tạm gửi mộng vào hư không
quay lưng ra biển đuổi còng
vấp đàn nghêu-trắng im hong nắng trời
cột-buồm đội vải... ra khơi
giở mũ cối đội hương đời chênh vênh

lại về đóng chốt sát bên
mặt sân vận động mông mênh cỏ gà
mười lăm tuổi ngấm hương hoa
lòng phơi phới bám con ma vật vờ:
câu dài, câu ngắn vu vơ
trắc, bình nhào nặn guồng tơ trong lòng
chiều chiều ma dẫn ra sông
chờ xem rùa-nổi gió lồng lộng bay
những con-rùa-thánh-thần này
cùng con ma tiếp tục đày đọa tôi.

25-8-1999

(đã in trong Sông Núi Cùng Người Thơm Ngát Thơ)

NGHĨA TRŨNG PHƯỚC NINH

hiên người bên bãi tha ma
nằm đêm trăng dọi ngó ra giật mình
chõng tre hẹp bỗng rộng rinh
lưng cha chợt lạnh thình lình vòng ôm
sợ - nhắm mắt - vẫn muốn dòm
mơ hồ ai đốt khói làm ma trơi

ngày, cha xách chim đi rồi
với thềm đất sét, tôi ngồi ngó quanh
mái nhà không lợp bằng tranh
xám màu tôn đỡ nắng hanh nóng bừng
chằng chịt dây phơi áo quần
ngang vuông sân gió lừng khừng dáng bay

luôn ngồi mà lạ, mỏi tay
hết rờ đầu gối, trở xoay vòng vòng
chừng như mình hết trẻ con
khi nhìn mấy thím phơi hồn chửi nhau
một tuần nhớ mãi về sau
cái nơi thứ nhất đến hầu Tourane

nơi môi tê, lưỡi lạnh tanh
mút cà rem thế cơm canh lơ mình
trước lò kem thêm bóng hình
trưa chiều trong thế rập rình chuyện chi
đường dài ngó chẳng dám đi
sợ lạc mất cả xuân thì như chơi

cha đi, dặn tỉ mỉ rồi
vocabulaire hát cầm hơi chữ rời
đám bé con của nhà người
nhìn tôi lấm lét chẳng cười nói chi
và tôi như lớn tức thì
trong khuôn mặt biết lầm lì thị oai.
+

HỒI Ở TRONG KHUÔN VIÊN CHÙA TỈNH HỘI ĐÀ NẴNG

mái nhà ấm áp tranh-sen
phên cật-tre, nghệ thuật chen nhẹ nhàng
khác chi một túp lều vàng
đựng con người giàu dung nhan, ngọt tình

tiếc không phải sở hữu mình
cha thuê núp bóng nuôi hình tạm dung
chủ sẵn bộ ván dư dùng
cho mượn kê trước hiên lưng lửng dài

*

cha nằm con gác chân coi
cành cây ổi thấp gió nhoài tay ru
đêm hè mát rượi như thu
vọng tiếng kinh kệ hồ như rất gần

chìm vào giấc ngủ bâng khuâng
ngỡ rằng có Phật dừng chân ngó vào
khuya thanh vắng tiếng ngàn sao
thì thầm chuyện vãn xôn xao quanh mình

giọng người giọng tiên thành kinh
mõ chuông dìu dặt hiển linh đất trời

*

bất ngờ chỗ ở lại dời
nếu không có thể tôi ngồi thay sư

không sao, kể như đã tu
nửa tháng năm đó đến chừ chưa phai
dấu bi ai xóa bi ai
đời tôi, mô Phật, nhẹ hoài như mây.
+

NHÀ THUÊ
SÁT CHÂN CẦU VỒNG

má, chị cùng em đã về
cả nhà một gánh đề huề vai cha
chưa đủ sở hụi mua nhà
má ba thuê của người ta ở nhờ

nhà một gian, không bàn thờ
ông bà khuất mặt tạm vào cõi không
tuy hẹp như một chiếc lồng
chứa thêm hai cháu tồng ngồng con trai

thằng Tiên thằng Ánh ngang vai
em họ vốn chịu tay sai tôi rồi
cả ba cùng học cùng chơi
em Hân còn nhỏ thường ngồi để xem

*

nhà thuê nằm ở một bên
liền với nhà chủ, già nên không hiền
từng làm cai, gọi tự nhiên
ông Cai, (thỉnh thoảng xỏ xiên cai dù)

trông ông rất mực lù đù
bọn tôi hay phá ông hư hại hoài,
bể châu kiểng, gãy hoa lài
bởi sân nhà rộng dài dài đá banh

nhà tôn không phải nhà tranh
mỗi khi bóng dội, chối quanh cười thầm
chạy u lên đỉnh cầu vồng
đứng nhìn rác dưới đường hầm xe qua

canh me mươi phút về nhà
chỉ vài chục bước chóng qua nạn liền
thời ở đây ăn liên miên
bánh tráng đập dập bán liền bên hông

cũng gần bà có má hồng
nghe đồn bà luyện làm chồng mát tay
tôi chừng như bớt thơ ngây
mỗi khi có trận chiến bay áo quần

*

tháng sau lưng ngày đi cùng
lớp Nhì Hoàng Diệu vui mừng đón tôi
chân xăng đan đầu mũ nồi
tôi chính thức mở cuộc đời học sinh...
+

TIỀN THÂN VÀ CÁC GIAI ĐOẠN SAU CỦA CHỢ CỒN

Chợ Cồn trong trí nhớ tôi
một ụ cao đất mọc lồi tròn quay
tôi lên xong xuống mỗi ngày
chân vui vẫn diện luôn giày sandale

lên đây mỗi khi để dành
trong bụng đã lắm vàng thành của hôi
vừa phóng uế vừa nhìn trời
cây dưới đầu gối cây trồi quá vai

ngày nào tôi cũng lai rai
theo người nên lối thiên thai rõ dần
sức mạnh của nhiều bàn chân
đất thịt đất cát nổi gân thâm vàng

kho đạn cũng là trại giam
chênh chếch phía dưới dòm sang thấy mình?
đôi khi cũng dị vô tình
thấy em ngồi cạnh thình lình bỏ đi

cồn đất sau này khác đi
rồi tiếp tục khác đến khi... bây chừ
sống nghèo, kỷ niệm tôi dư
nhưng thôi dành lại xem như chưa từng

lén dòm em ở sau lưng
làm sao kể được nhớ nhung rõ ràng
kiosque cùng với ghế bàn
một cà phê Xướng khó mang một thời

phòng ngủ bình dân hà hơi
quán cho thuê sách giữ tôi khá nhiều
nhớ nhờ có chút thương yêu
mừng tôi sớm biết lắm chiêu bụi đời...

Chợ Cồn quá thiếu nhi tôi
thả em vào chợ ngồi phơi mặt nhìn
trai khôn mất cả niềm tin
chẳng mấy khi gặp dáng xinh xắn nào

Chợ Cồn sau cuộc binh đao
tập làm một gã xe thồ không xong
xăng đong từng lít lòng vòng
thôi về mở cẳng ra hong bớt mùi

Chợ Cồn bỗng thường tới lui
chạy hàng về bán niềm vui bất ngờ
từ vàng khâu đến những lô
phụ tùng xe đạp dán vô kiếp mình

quen dần những lối vô minh
hữu thương vẫn bất phú chình ình thôi
thõng tay ra chợ đi rồi
nhớ không ra hết chỗ ngồi xưa xa

câu thơ quê mùa thật thà
biết tìm ai để làm quà gởi cho
thêm một lần nữa giả đò
nhớ ra em nổ gần kho đạn buồn...
+

RẠP XI NÊ VĨNH LẠC

neo đời bén gốc xứ vui
yếu tay không yếu nụ cười lạc quan
ở đâu cái cội hưởng nhàn
cũng theo ngày tháng dễ dàng nở hoa

khen ba má khéo thuê nhà
gần rạp chớp bóng tà tà xem luôn
chỉ tội thường chờ vãn tuồng
người ta thả cửa tôi chun vô liền

lì mặt dẫn đến hữu duyên
người soát vé cho ưu tiên từ đầu
lâu lâu hối lộ vài câu
vu vơ hỏi bác ở đâu rồi cười

người nghèo thường dễ mau vui
lấy từ minh chứng nơi tôi hùng hồn
tuy rằng một thằng bé con
nhiều khi già dặn chợt khôn ngon lành

*

Vĩnh Lạc thiếu đất chung quanh
nhưng mặt tiền rộng đủ thành sân chơi
cua bầu cá cọp... cùng tôi
chầu rìa chen ngó tươi vui hằng giờ

nơi đây tôi cho tuổi thơ
ngậm bao viên kẹo ngọt ngào tin yêu
khi vô cớ lòng yếu xìu
tiếng cười người giúp buồn "tiêu tán đường"

tôi học từng chữ dễ thương
mang theo cuộc sống khiêm nhường lâu nay
tình người "như bát nước đầy"
lạc quan tôi tập từng ngày thiếu nhi

dù đời chưa được ra gì
không thẹn mặt rảo bước đi chân trần
tám mươi năm lòng còn ngân
âm thanh hình ảnh đời xuân xanh tình

*

tôi hay nhắc nhớ về mình
vì sợ lạc những linh tinh tháng ngày
keo kiệt hay rộng rãi đây
tôi chia cho gió cho mây bụi vàng

làm ơn nghe, lòng không gian
(lòng người thì đã cưu mang lâu rồi)
chuyện tào lao kể một hồi
xem lại chẳng hiểu thằng tôi nói gì

tôi ngồi tôi đứng tôi đi
buồn vui vốn đã mốc sì vẫn đeo
hôm nay lột bớt ra treo
nghe chừng lòng dạ trong veo nhẹ nhàng...
+

BẾN MÍA XE VÀNG

Từ nhà ở xuống chợ Hàn
đôi lần tôi nhảy xe-vàng ngao du
quần đùi lủng lẳng chim cu
gió bay mát rượi bắp đùi da non
đâu ai để ý hai hòn
bi tôi thanh khiết méo tròn xí xi

xuống Chợ Hàn để làm gì?
luôn tới trạm cuối vu vi nhặng ruồi
bến xe Mía chẳng chi vui
nơi ngọt vẫn ngửi ra mùi tanh tanh
gió Sơn Chà chậm hay nhanh
tôi không để ý đã thành thói quen

nước sông Hàn xanh ngả đen
thiếu hoa bèo, rác lăn tăn lập lờ
tôi thường thả bộ phất phơ
dọc theo sông ngó ca nô ghe xuồng
đi một chặp đụng đầu luôn
cầu-tiêu-ông-phước, (chưa buồn ghé vô)

hóng mặt xuôi ngược ngơ ngơ
lộn về bến mía vẩn vơ an nhàn
xe vàng là xe sơn vàng
đơn giản không phải bằng hoàng kim chi
xe cũng không đông khách gì
chắc chắn chưa có thằng thi sĩ nào

mỗi thời riêng những xôn xao
mỗi thời đọng lại những nao nao buồn
bác tài ơi cho tới luôn
tây phương tiên giới thiên đường được không?
hồi nớ quên hỏi, chừ nằm
tơ tưởng vuốt mãi sợi lòng không nguôi.
+

BIỂN THANH BÌNH

biển Thanh Bình nhìn như sông
xuân hè tôi nổi trên dòng thường xuyên
hình như chẳng phải có duyên
quen thói thành một bệnh ghiền thế thôi

từ hồi đi bộ khơi khơi
nhìn đấm thanh thản nằm phơi bùa thần
đến hồi mạnh mẽ ba chân
tôi nằm trên nước lâng lâng nhiều điều

nhưng chính thức biết phiêu diêu
(xin kể đại khái đôi điều qua loa):
số là tôi ở không xa
ngày nào cũng phải đi ra thả mìn

rừng dương liễu tạo niềm tin
lá reo gió mát biển lim dim chờ
ông chà và, bầy dê tơ
lâu ngày quen mặt rủ vào trại chơi

*

đến khi nhà sát biển rồi
ngày đủ ba cữ tôi bơi dập dềnh
lúc này biết mộng về em
nhiều khi tự xả cái thèm trôi hoang

nước biển mặn có hòa tan
không thấy ngư nữ nào mang thai hiền
rồi đi xa chợt về liền
biển thành người bạn thâm niên bao giờ

bấy giờ đã biết làm thơ
giữa em phơi nắng hong tơ thập thò
biển thêm một mùi thơm tho
mà tôi hồi nhỏ giả đò bỏ lơ

Thanh Bình Biển quá ngọt ngào
giúp con vun cát, vợ chờ kỳ lưng
có giờ lật hết nhớ nhung
ngàn câu thơ chẳng giữ giùm hết đâu

viết nhiêu đó đủ bắc cầu
đi về thăm lại xứ đầu tiên khôn
người tìm không được cái hồn
xin lỗi tôi giữ phần ngon cho mình

ngưng ngang đây hụt nguồn tình
nhưng chắc không dứt ảnh hình thân thương.
+

ĐÁ BANH TRƯỚC BẢO TRỢ NHI ĐỒNG

sân trước Bảo Trợ Nhi Đồng
diện tích ngang ngửa mặt sân bóng tròn
chiều chiều từng đám trẻ con
ôm cặp sách vở lon ton tụ về

chúng chia từng cụm chỉnh tề
rất ư chuyên nghiệp trong nghề đá banh
tôi dù khá sớm ma lanh
chỉ huy nhường lại mấy anh lớn đầu

chúng tôi thường đổi vai nhau
giữ gôn hàng trước hàng sau tùy ngày
dùng chân không được xài tay
nhưng xô cùng đẩy lăn quay bình thường

chân trần nhiều lúc máu tươm
vai hông đầu gối luôn luôn sướt trầy
chân đá mà sướng cả tay
cho luôn cái miệng la rầy oang oang

rìa sân có chỗ chứa than
hôm nào tới muộn đành làm tây đen
rã trận xách áo lăn tăn
ra về bụi đất hơn thằng chăn trâu

*

trường tôi trước Chùa Hải Châu
dưới tên Hoàng Diệu đứng đầu uy danh
để đến được chỗ đá banh
đường hẻm đoạn ngắn không quanh co gì

đến hông Phụng Ký tức thì
cởi áo chuẩn bị cuộc thi tranh tài
trò chơi hấp dẫn chơi dai
gần suốt niên khóa kéo dài sang năm

tôi thuộc tên bạn nằm lòng
Vui, Ân, Chua, Ngọc, Mãi, Đông... còn nhiều
Thiệp, May, Thung, Gội... bấy nhiêu?
ồ còn một đám lắm chiêu nhiều trò

Trọng-da-rắn, Qui-noir-lò
cả thằng mũi lõ thân to dềnh dàng
còn đông, nhớ đủ... thiếu trang
xin bịn rịn chấm xuống hàng! (dấu than)

*

chúng tôi chơi rất đàng hoàng
dĩ nhiên không thiếu khi hoang tột trời
thời gian cướp của chúng tôi
những vô tư những tiếng cười hồn nhiên

mỗi thằng nhiều nẻo truân chuyên
sống chết thất lạc mọi miền thế gian
riêng tôi mất khả năng làm
trái bóng lọt lưới thành bàn như xưa

cũng may còn cái chân thừa
sút vào em những giọt mưa thành hình
(nói hoang một chút giúp mình
quên bớt kỷ niệm thình lình trổ thơ).
+

CẦU TIÊU ÔNG PHƯỚC

cầu-tiêu-ông-Phước nơi đâu?
tươm tất tọa lạc ngay sau chợ Hàn
gần kề bến đỗ xe Vàng
(một loại xe buýt mở hàng đầu tiên)

bấy giờ thành phố bình yên
thị dân thưa thớt hồn nhiên hiền hòa
tôi vừa mới ở quê ra
hương núi Tiên Phước đang pha hương vườn

đến thành phố, khoái con đường
nên ưa đi hoảng, chuyện thường tình thôi
chưa từng vào thả bom rơi
nhưng tôi đã thấy chỗ ngồi tịnh tâm

phân người vốn ở trong thân
cặn bã cho mấy cũng gần nhân sinh
xem như khúc ruột đoạn tình
mang vào thơ có thình lình bốc hơi

cầu-tiêu-ông-Phước hết thời
cáo chung cùng lúc "tây" hồi cố hương
hình ảnh xưa giữa phố phường
một thời vẽ lại tôi dường như điên?

không là lăng tẩm, tuy nhiên
cõi này vĩnh viễn gắn liền thế nhân
cầu tiêu đáng được vinh danh.
+

Ở VỚI XÓM THUẬN THÀNH CỦA BIỂN THANH BÌNH

dọn nhà về xóm Thuận Thành
chú Diên, ông chủ luôn dành ưu tiên
ông chú ruột này rất hiền
có đôi tay trổ ra tiền như bông

xây nhiều nhà còn bỏ không
chúng tôi dọn đến yên lòng ở lâu
nhà trên bãi cát ngả màu
chân người dẫm hết trắng phau bao giờ

nhà ở bốn phía cao hàng rào
nhưng luồng gió biển ra vào tự nhiên
đi năm trăm bước gặp liền
sóng như nước gợn bình yên mặt hồ

Thanh Bình tên gọi thanh tao
phản ảnh trung thực khỏi chào hàng chi
thời ở đây đẹp cách gì
ngày ngâm nước mặn đêm đi soi còng

ngoài ra thả bộ theo dòng
sóng liếm mặt cát sạch bong chân trần
dân chưa cư ngụ được đông
lòng tôi mở rộng đựng lòng đại dương

đương nhiên tôi vẫn đến trường
cùng lúc hấp thụ nhiều chương chữ đầy
kiếm hiệp trinh thám nặng tay
chơi luôn đàn địch, hát hay không chừng

*

có em hàng xóm nhớ nhung
vậy là tôi lén vẽ nhung nhớ liền
tình cảm lộ diện liên miên
trên những câu chữ tôi riêng, có vần...

thời này đường Trần Cao Vân
Chúa chưa kịp đến hiện thân Tam Tòa
con đường thiếu bóng người qua
giữa ngày nhiều lúc sợ ma chạy ù

chẳng nhớ bao nhiêu xuân thu
ở gần thằng Phúc-nháy lù đù xưa
gần đây nhờ máy bay đưa
tôi gặp lại nó như chưa xa rời

vẫn nháy, nhưng dược sĩ rồi
dựng nhà tuốt luốt trên đồi cao cao
San Jose, bảnh chớ sao
còn tôi kiết xác làm thơ đặt vè

ngồi ăn với nó bên hè
nhà thằng bạn khác, cùng phe xưa mà
Trần Công Viên vẫn thiết tha
nhắc về một thuở qua-loa mà bền

Thuận Thành chọn nhắc vài tên
dù đang nhớ hết mông mênh biển trời...
+

TIÊU BIỂU MỘT ĐỔI THAY

đất giáp đường Trần Cao Vân
hướng về biển bỏ không một vùng
một đơn vị Pháp đóng quân
nhiều lều vải lớn như rừng liền nhau

không cần biết đâu là đâu
tôi nhiều lần lạc vào sâu trại lều
nấp ken hông cột dây treo
ăn "bánh qui Pháp" đù đeo tháng ngày

*

Pháp đi lính ta thay tây
thành đồn Quân Cụ tháng ngày chớm khôn
đã hơi biết biết mê con
gái vừa mới lớn không hơn chi mình

thời này cũng đã linh tinh
câu được câu vụng rập rình Tuổi Xanh
con Mừng Mộc Tồn, điểm khoanh
cho đôi mắt tập tinh ranh lắm lần

rồi Vương Thanh, Mặc Mai Nhân
sánh vai lụt lịt dần dần vững chân
lội bộ bằng cặp chân trần
vào những trang báo phù vân tới chừ

tạ ơn đời đãi ngộ tôi.
+

HỌC ĐÀN TỪ BẠN HỌC

thiếu điều kiện nên thường hay học lóm
những trò chơi tương đối phổ thông
từ bè bạn luôn hân hoan chỉ dẫn
vài môn chơi cũng tạm ổn dần dần

mười một tuổi mandolin khá nhuyễn
rung trơn tru đệm phụ đàng hoàng
chớm mười hai chơi guitar đơn điệu
búng đệm xem ra cũng khá nhịp nhàng

mandolin, Phạm Bá Vui truyền dạy
nốt nhạc ghi tên trên giấy dán bày
tay bấm mắt nhìn liền theo tay gảy
lần đầu chơi đỏ rần năm ngón tay

tây ban cầm, Nguyễn Văn Đài dẫn dắt
từ tango chuyển qua rumba
valse, slow dịu dàng êm ả
đến swing rồi cha cha cha...

không mong giỏi chỉ cần biết biết
cầm đàn lên làm dáng gọi là
thực hiện đúng đa năng đa dạng
là con trai phơi phới kia mà.
+

CÁI MŨ MOSSANT NYLON

chính hiệu Mossant nylon
ông thực dân Pháp có lòng gởi qua
mềm mại xếp lại mở ra
bỏ túi gọn nhẹ như là cái khăn

tôi được thưởng với lời khen
học giỏi đã có văn bằng primaire
lụt lịt mắc cỡ không khoe
nhưng đi đâu cũng cặp kè lận lưng

khi đội lúc nhét lưng chừng
vào hai phần túi để chưng, dễ gì
sắm được cái mũ như ri
tôi vui như mới dậy thì mấy hôm

người cho quả quyết loại sang
bút mực nào tả dung nhan tôi chừ
cái mặt thì vẫn lừ đừ
nhưng đâu đó có nụ cười sáng trăng

*

thật ra khi có văn bằng
ba má dành dụm gia tăng phần quà
Timex, đồng hồ phần ba
Mandolin má bảo chơi mà học nghe

mười hai năm đời lăm le
gần như tự bỏ số de hoàn toàn
nhắc lại chuyện xưa dị òm
thẹn cùng ba má suối vàng mất vui

không hiểu có đủ thành người
vừa phải lặn hụp trong đời khó khăn?
linh tinh mọi vật đã quăng
cái mũ trong ảnh trắng đen chờn vờn

buồn mấy cũng chẳng chi hơn
ít câu chệch choạc nhúm thơm chút lòng
ít bữa nữa chẳng chi còn
nhắc lại lần nữa thay hôn chính mình.
+

TRƯỜNG HOÀNG DIỆU ĐN
VÀ THẦY CÙNG BẠN TÔI

một đời mến quý bạn
quen tính từ trẻ thơ
thành đại gia lãng mạn
pha ít nhiều ngây ngô

già tháng ngày lẩm cẩm
tọc mạch ngồi soi gương
thấy mình thấy cả bạn
chẳng có chi dị thường

nhìn suông không đủ sướng
tỉ mỉ nét từ chương
vừa viết vừa đối thoại
cùng bạn trong nhớ thương

dưới đây số thầy bạn
thu gọn chỉ một trường
nhớ được ai gọi hết
danh xưng là mùi hương

*

một thằng tây chính cống
Denis François
về Pháp đời tám hoánh
vẫn như đỉa nhớ dai

Trần Ngọc Giao "bắc-nghịch"
lái mười-chín (L19) sau này
sớm bay và sớm hạ
mặt mũi còn đâu đây

bao nhiêu đứa tắt máy
trong năm, sáu chục thằng
không đếm đoán chừng số
rưng rưng lòng băn khoăn

*

mừng ơi mừng hết lớn
gần đây gặp mươi tên
sống nhăn còn hảo hớn
mức ngon lành nằm trên

Trần Công Viên kiều lộ
đang ở San Jose
đãi ta vào Quyên hóng
đâu cần uống cà phê

Nguyễn Chí Thiệp phó quận
bề thế gấp rưỡi xưa
Trại Kiên Giam đã thoát
chưa hết hận bị thua

một Phan Quảng thiết giáp
truyền cho nghề bán buôn
hơn đại gia một chút
vẫn lưu trú Sài Gòn

San Jose còn có
Nguyễn Văn Ngọc nhà thơ
dẫu lụt nghề tranh đấu
vẫn ấm máu giang hồ

tại Mỹ còn lững thững
thằng Qui-noir bắn bi
làm an ninh siêu thị
súng không đạn vẫn chì

suýt quên một huynh đệ
vẫn chia nhau nhất nhì
Trần Văn May Đà Nẵng
thủ phố cũ, lầm lì

*

thật buồn nhiều bạn khác
gần như biệt tăm hơi
dù sao cũng nhắc lại
cho đỡ nhớ chút chơi:

Đặng Văn Hải đả tự
chuyên nghề thảo công văn
bầu Thạc Gián đã lấp
chôn luôn rồi hay chăng?

thằng Sang em thằng Trọng
thân em, học cùng anh
(xưa nổi "Trọng da rắn")
Sang Trọng chừ ngon lành?

Phạm Bá Vui anh cả
hành nghề cảnh sát xưa
ngón đàn anh truyền lại
chỉ còn trong hương mưa

Hồ Văn Ân từng dẫn
nghe giảng kinh nhà thờ
nhìn mục sư ngẫm nghĩ
bạn tôi lớn bất ngờ!

*

dĩ nhiên là chưa hết
ví như Thung coco
Trương Văn Phương, Trần Lục
Nguyễn Văn Chua, Nguyễn Thao...

bỗng nhiên chợt như thấy
bé Lài đứng bên tê
vẫn y hồi dòm lén
cổ nó vén tóc thề

còn lại những bà chị
ngoài Tuyết, Sương... quên rồi
tội cho thời bé dại
hương con gái không mùi?

*

trung tiểu học Hoàng Diệu
là một trong chỉ hai
trường học của Đà Nẵng
rộng chân đi đường dài

thầy hiệu trưởng Trịnh Thể
bị bắt khi giảng bài
hóa ra Quốc Dân Đảng
cũng luôn bị nghi ngờ

thầy Tiến, thầy Ấm Kiện
hai thầy lớp nhất nhì
thầy Tiến với "toán chạy"
thầy Kiện "tập làm văn"

hai thầy tôi kính quý
nhờ vịn vững đầu đời
ít nhiều tôi cũng có
riêng mình một cuộc chơi

ơn thầy nói không hết
vô phép nhắc để thương
thầy đọc hay không đọc
em cũng tin thầy thương

*

từng về nền đất cũ
trường xưa mất dấu rồi
chùa Hải Châu vẫn đó
leo lắt ngọn bồi hồi

lấp rồi hồ trồng kiểng
nuôi cá ruộng lẫn rùa
mặt đất cũng chẳng rộng
hơn bao nhiêu ngày xưa

tay chống đầu ngẫm nghĩ
ám ảnh những mất còn
thầy, bạn hai thế kỷ
buồn, vui nặng tâm hồn

bỗng mơ có loại máy
quay phim trí nhớ tôi
để thấy qua màn ảnh
quá khứ nhiều cuộc đời.

ảo tưởng là lý tưởng
biết đâu chừng, biết đâu
kỳ diệu của khoa học
gợi ý này bắt đầu.
+

NHÀ MUA TRƯỚC SÂN CHI LĂNG

mua đất hết tiền xây nhà
mái tôn vách ván mẹ cha gồng mình
nép sau dãy nhà xinh xinh
cửa vào liền với khoảng nhìn cái quan
ngoài đường cũng thấy dung nhan
cái chòi ọp ẹp tồi tàn chúng tôi
kể như cũng đã vui rồi
thấy trời thấy đất thấy người lại qua

từ nhà thong thả bước ra
già hai mươi thước đã va mặt đường
bên kia đường là bức tường
của sân vận động màu buồn xỉn đen
cỏ dại chiếm đóng mặt bằng
chuồn chuồn châu chấu đua chen sống cùng
từ đây đến cổng chỉ chừng
một trăm rưỡi bước sải chân bình thường

sân này tôi đã thân thương
trước khi dọn đến ở luôn lâu dài
từ lúc cởi áo vắt vai
sau mỗi buổi học trổ tài đá banh
sân cỏ cú cát viền quanh
dấu chân tôi vốn tung hoành hiên ngang

mê bóng từ trận mở màn
tôi không bỏ lọt xuống sàn trận mô
không tiền để mua vé vào
nắm tay người lớn đi vô ngon lành
tôi như con sóc tinh ranh
khó gì cũng đứng sát vành sân chơi

cả trăm trận đá một thời
nhớ không cần học tên người, đội banh
kể cả mũi lõ mắt xanh
A-J-S, AVION... gì gì

tôi mê đến độ chai lì
tay anh Kiều Kiểm cú khi rủ thằng...
con trai anh cũng rất hăng
vì hai cậu cháu gần bằng tuổi nhau

kỷ niệm tôi càng thêm giàu
từ khi ở sát sân Cầu Vồng ni
nhắc vài chuyện hơi kỳ kỳ
nhưng khó quên được như ri em à:

nhà tôi thuở đó khá xa
các bãi phóng uế vốn là dùng chung
vài lần sôi bụng lạnh chân
bị Tào Tháo rượt tận cùng nửa đêm

thế là thân phụ đứng bên
tôi ngồi thanh toán những tên tội đồ
xong xuôi đào đất nhốt vào
sát tường sân vận động chào rút lui

một kỷ niệm khác không vui
làm tôi đã phải nằm vùi mấy hôm
xem đấu võ ai chẳng ham
nhất là trận đấu gồm toàn thánh tiên

tiếc thay võ sĩ Huỳnh Tiền
tự dưng bỏ cuộc làm phiền người xem
thế là bạo động nổi lên
đốt võ đài thế đồng tiền bỏ ra

tôi bị tấm tôn bay qua
ngang cái ống quyển kêu la quá trời

*

mười mấy năm sau đến hồi
dựng đèn tôi đã ở ngoài Hùng Vương
hàng giờ đứng ngó như tuồng
chỉ huy thầy thợ, luôn luôn mỉm cười

sân chơi không thua kém người
còn chi thú vị hơn vui trong lòng

*

giờ thì kể như lưu vong
nghe tin sân bóng đi đong không chừng
tự nhiên như thể rưng rưng
nhớ Chức, nhớ Vũ, Trung lùn Hội An...

ước chi tôi có nhiều vàng
bỏ ra giữ lại muôn ngàn hơi xưa
để cho ngày nắng đêm mưa
Ngọc Cẩm Hữu Thiết vẫn đưa giọng tình

như thời hội chợ rung rinh
trăng thanh gạo trắng lung linh phố phường
còn nhiều hình ảnh dễ thương
không sao nhắc hết phải buông viết rồi

thú thật bài thơ quá tồi
bởi ham kể lể ỉ ôi vần vè
văn xuôi viết cũng chán phè
văn vần thô thiển đã đè chết thơ

nhưng biết làm sao bây giờ
lòng tôi nhớ quá, hàm hồ đó em
em có can đảm ghé xem
gắng tin tôi đã say mèm quên thơ

trong từng kỷ niệm vu vơ
cầu mong tôi vẫn hồng hào bên trong
mong manh treo một tấc lòng.
+

chú thích :
AJS (Association de la Jeunesse sportive), tức là Đội Cảnh Sát Quốc Gia sau này

CÂY THẦU-ĐÂU TRONG SÂN

mua nhà có một vuông sân
cây thầu đâu đứng tần ngần một bên
cây được thi vị gọi tên
sầu-đông vì lá đầy thềm mùa đông

sầu-đâu nghe lãng mạn hơn
yêu đâu chưa biết cô đơn sầu rồi
hoa nho nhỏ sắc trắng tươi
cành thưa lá nhẹ gió lui tới hoài

tôi bắt ghế-bố nằm dài
ngay dưới gốc ngó trái sai nhánh cành
không chích-chòe chẳng vàng-anh
suốt ngày đám sẻ lanh chanh đi về

lá hát khúc phượng hoàng hề
Tương Như Tư Mã tôi mê ngắm trời
một hôm tan học... trời ơi
về thấy cây bị đốn rồi ngẩn ngơ

tôi mất nửa buổi ngẩn ngơ
đầu đêm nằm khóc vẩn vơ, hết buồn
sân đổ móng, lát gạch luôn
lòng tôi đọng mãi vết thương mơ hồ.
+

SƯU TẦM PROGRAMME

thả chân cửa rạp chiếu phim
tìm tờ quảng cáo chương trình cất chơi
mấy tờ programme tuyệt vời
có cảnh có vật có người mới tinh

dân tây khác với dân mình
cả con ngựa cũng to phình phương phi
mấy ông mũi lõ uy nghi
đeo súng mang kiếm khác chi anh hùng

mấy bà đầm nghèo áo quần
thịt da săn cứng tưởng chừng luống hoa
xem ảnh mà ngỡ như là
cuốn phim đang chiếu sáng lòa khắp nơi

cầm săm soi kỹ một hồi
vuốt cho thẳng thớm xong rồi cất vô
cẩn thận như giữ hồ sơ
đó là giá trị tuổi thơ của mình

trò chơi hết sức văn minh
thích hợp với tuổi học sinh đang là
ngày qua cùng tháng năm qua
sưu tầm này chợt đã xa xa dần...

quả nhiên mọi thứ phù vân
còn chăng đọng chút bâng khuâng ngậm ngùi.
+

BÍ MẬT CÁ NHÂN

chuyển động sang trang tình cờ
đầu kim trong bọc da ngờ nghệch ra
không chỉ một mà hai ba
tò mò kiểm chứng hóa ra khá nhiều

tần ngần đôi phút đăm chiêu
lòng chợt rớt giữa tịch liêu vô cùng
độ sâu cảm giác mông lung
hồ sơ tối mật lận lưng một mình

vài hôm sau hết vô tình
chuyển qua cố ý, tình hình đến đâu
không ăn chi, lớn thật mau
hắc kim chọn lộn chỗ đầu thai chăng?

phát hiện đã bớt nói năng
giảm luôn khá bộn thói quen nhi đồng
thì ra "nhẹ tợ lông hồng"
nặng như tóc rối bềnh bồng là đây

bỏ ra liên tiếp nhiều ngày
"Ngày Mai", "Ngày Mới" gót giày quẩn quanh
tìm một cuốn sách tinh ranh
"Trước Ngưỡng Cửa..." sẽ làm anh sẵn sàng

thật tình không thấy chi ham
lo thân kinh điển an toàn nơi đâu
rồi ra sao, rồi bao lâu
(không nhớ, không viết những câu tàm xàm)

thiếu hướng dẫn hại xác phàm
Liêu Trai Chí Dị lộn đàng nghĩ sai
ngón nghề mở cửa tương lai
đôi phần nông nổi thành tài hoa riêng?
+

DẬY THÌ

chẳng thuận tự nhiên tôi được thưởng
tuổi dậy thì linh hiển thuở mười hai
em sơ ý thả thơm mùi hương lạ
vô tình tôi vướng huyền ảo, vươn vai

chỉ một thoáng mình nghiêng em gởi lại
môi kẹo đường tôi nhiễm nỗi bâng khuâng
mắt chớp vội lòng ngăn không còn kịp
ngỡ ngàng cưu mang dấu ấn nợ nần

cảm xúc lạ xóa tan dần run sợ
từ mắt em từ xinh xắn núm cau
tôi thuần phục hơn là chống đỡ
chấp nhận mình mất chi đó không hay

chắc sẽ có những vu vơ mơ mộng
những trống không vô cớ ở trong lòng
chưa lường được thế nào là nhung nhớ
lâng lâng vui chờ tim nhịp lạ hơn

chợt để ý vai dường như mở rộng
vóc dáng tuồng mãi mãi nhón chân
nhưng đoan chắc chính em là thủ phạm
nâng tôi lên một hạnh phúc tối cần.
+

DÒNG CHÂN TÌNH CUỐI TẬP

Qua 100 bài viết, không bài nào ngắn, hiểu ra rằng văn vần không thể nào thế văn xuôi trong công việc ghi lại hồi ký. Tính chân thật, sự tỉ mỉ, thơ hình như chịu thua, thôi chấp nhận vậy.

Mong rằng qua những bài trong tập này, bạn đọc thấy được 11 năm đầu đời của một người cũng bình thường như quý bạn. Cũng hy vọng một số ít có cảm giác gặp lại chính mình, đó là phần thưởng tôi hân hoan đón nhận.

Đa tạ bốn phương quen biết.

Luân Hoán
02-10-2020

TRANG ẢNH LƯU NIỆM

TIÊN
Phước
1946
tuanhoan

1941
có buồn có nhớ gì đâu
chỉ vì thoang thoảng hương cau thơm lừng
LUÂN HOÀN

luân hoán
ông tôi
và
cổ quan tài

tổng quan làng nộ

nghĩa địa tộc Lê (đã bị san bằng)

Cái Lờ Đồng Xanh

TRESOR FRANÇAIS
nơi ba làm việc

năm
1953
ảnh dán
bằng
tiểu học

ảnh
trước
trường
H.Diệu

trường trung tiểu học **HOÀNG DIỆU**
ĐÀ NẴNG 1953

Mục lục

Liên lạc Tác giả
Luân Hoán
lebao_hoang@yahoo.com

Liên lạc Nhà xuất bản
Nhân Ảnh
han.le3359@gmail.com
(408) 722-5626

www.ingramcontent.com/pod-product-compliance
Lightning Source LLC
LaVergne TN
LVHW100037051026
849525LV00001B/141
* 9 7 8 1 9 8 9 9 9 3 5 4 5 *